சிற்றில்

சிற்றில்

சின்னத்திரை நெடுந்தொடர் உலக அனுபவக் குறிப்புகள்

பா.ராகவன்

Title: Sitril
Author's Name: Pa Raghavan

Published by Ezutthu Prachuram

Ezutthu Prachuram
(An imprint of Zero Degree Publishing)
No. 75,76, I Floor,
Kuppusamy Street, Balaji Nagar,
Padi,
Chennai - 600 050

Website: www.zerodegreepublishing.com
E Mail id: zerodegreepublishing@gmail.com
Phone: 89250 61999

Ezutthu Prachuram First Edition: December 2025
ISBN: 978-93-48439-57-4
TITLE NO EP: 610

Layout : Vidhya Velayudham
Cover Design: Rajan PR
Printed at Rathna Offset Printers, Chennai, India

அன்புடன்

நரசிம்மன் என்கிற மாதுரிக்கு.

உள்ளே

1. இரண்டு தயாரிப்பாளர்கள்

அவர் பெயர் நரசிம்மன். நான் கல்கியில் பணியாற்றிக்கொண்டிருந்த காலத்தில் அறிமுகமானார். அவ்வப்போது நகைச்சுவை சிறுகதைகள் எழுதுவார். ஒன்றிரண்டைப் பிரசுரித்தபோது ஒரு நாள் நேரில் வந்து பார்த்தார். பிறகு வாரம் ஒருநாள் வருவார். குறுகிய காலத்தில் நண்பராகிப் போனார். நண்பரான பின்பு கல்கியில் அவர் எழுதுவது குறைந்துவிட்டது. மாறாக, நான் கல்கிக்கு வெளியிலும் எழுதும் சாத்தியங்கள் குறித்துப் பேசத் தொடங்கினார்.

எனக்கு அது வியப்பாக இருந்தது. எந்த நம்பிக்கையில் இம்மனிதர் நம்மிடம் இப்படியெல்லாம் பேசுகிறார் என்று அடிக்கடி நினைத்துக்கொள்வேன். சில சிறுகதைகள் எழுதியிருந்தேன். ஒன்றிரண்டு நாவல் முயற்சிகள் செய்து தோற்றிருந்தேன். வேறு சொல்லிக்கொள்ளும்படியாக அன்று நான் ஏதும் செய்திருக்கவில்லை. ஆனால் திரைத்துறை சார்ந்த சில கனவுகள் மிச்சம் இருந்தன. யாருக்கு இருந்ததில்லை? எனக்கு அதெல்லாம் கல்கியில் சேர்வதற்கு முன்னரே பெரும்பாலும் வடிந்துவிட்டது. சொன்னேனே, மிச்சமிருந்தவை மட்டும்தான்.

நரசிம்மன்தான் முதல் முதலில் தொலைக்காட்சித் தொடர்களைக் குறித்து என்னிடம் பேசினார். திரை உலகத்தைக் காட்டிலும் இதற்கு நம்பகத்தன்மை சிறிது அதிகம் என்று அவர் சொன்னார். சன் டிவியின் அசுர வளர்ச்சி குறித்தும் மெட்டி ஒலி தொடரின் வெற்றியைக் குறித்தும் நிறைய சொன்னார். வாய்ப்பிருந்தால் நாம் இணைந்து ஒரு தொலைக்காட்சித் தொடர் செய்வோம் என்று ஒருமுறை அவர் குறிப்பிட்டபோது எனக்குப் புரியவில்லை.

அவர் ஏதோ பிசினஸ் செய்துகொண்டிருந்தார். அது என்ன பிசினஸ் என்று எனக்குத் தெரியாது. கெமிக்கல் இண்டஸ்டிரி என்று சொன்ன நினைவு இருக்கிறது. ஒரு பழைய மாருதி 800 காரில் கல்கி அலுவலகத்துக்கு வருவார். நான் கிளம்பும்வரை காத்திருந்து என்னை அழைத்துக்கொண்டு செல்வார். கேகே நகர் சரவண பவன் அல்லது அசோக் பில்லருக்குப் பின்புறம் இருந்த கங்கா என்கிற ஒரு திறந்த வெளி உணவகத்துக்குச் செல்வோம். சிற்றுண்டி - காப்பியுடன் ஒன்றிரண்டு மணி நேரம் பேசுவோம். பிறகு நான் பஸ் பிடித்து வீட்டுக்குப் போய்விடுவேன்.

ஒரு தொலைக்காட்சித் தொடருக்கு ஏற்றாற்போன்ற கதையைத் தயார் செய்யச் சொல்லி என்னிடம் அவர் கேட்டார். அப்போதுகூட அவரை ஒரு தயாரிப்பாளராக என்னால் எண்ணிப் பார்க்க முடிந்ததில்லை. பிரபலமில்லாத, பெரிய வெற்றிகளைத் தந்திராத ஒரு சாதாரண எழுத்தாளனை வந்து வந்து பார்க்கக்கூடிய ஒருவர் எப்படி ஒரு வெற்றிகரமான தயாரிப்பாளராக இருப்பார்?

ஆனால் அவர் என்னை மிகவும் எதிர்பார்த்தார். என்னால் ஒரு வெற்றிகரமான தொலைக்காட்சித் தொடரை எழுத முடியும் என்று தீவிரமாக நம்பினார்.

இரண்டாயிரமாவது ஆண்டின் தொடக்கத்தில் கல்கியிலிருந்து விலகினேன். அடுத்து செய்யப்போவது குறித்த தெளிவு ஏதும் அப்போது எனக்கில்லை. நரசிம்மன் மீண்டும் என்னை அழைத்தார். 'இன்று நாம் ஓர் இயக்குநரைச் சந்திக்கிறோம்' என்று சொன்னார்.

தி.நகரில் ஓர் உணவு விடுதியில் அன்று மாலை இயக்குநர் விக்கிரமாதித்தனைச் சந்தித்தேன். அப்போது அவர் மெட்டி ஒலி நெடுந்தொடரின் இரண்டாவது யூனிட் இயக்குநராகப் பணியாற்றிக்கொண்டிருந்தார். நாசிம்மனுக்கு அவரோடு ஏற்கெனவே பரிச்சயம் இருந்தது. விக்கிரமாதித்தனோடு மட்டுமல்ல. அவரது திரைத்துறை குருவான இயக்குநர் ராஜசேகருடனும் (இவர் அப்போது திரைப்படம் இயக்குவதில் இருந்து விலகி, நெடுந்தொடர்களில் நடிக்க ஆரம்பித்திருந்தார்.) நல்ல பழக்கம் இருந்திருக்கிறது. எக்காலத்திலோ அவர்கள் இணைந்து ஏதோ ஒன்றைச் செய்ய முயற்சி செய்து, அது நடக்காமல் போயிருக்க வேண்டும் என்று தோன்றியது. நரசிம்மன் அது குறித்தெல்லாம் என்னிடம் அதிகம் பேசியதில்லை. ஆனால் என்னை சம்பந்தப்படுத்தி ஒரு நெடுந்தொடர் தயாரித்துவிட வேண்டும் என்பதில் தீவிரமாக இருந்தார். அதில் சந்தேகமில்லை.

தொடருக்கு ஏற்றாற்போன்றதொரு கதை தேடிக்கொண்டிருப்பதாக விக்கிரமாதித்தன் சொன்னார். என்னால் அதனைச் செய்ய முடியும் என்று நரசிம்மன் அவருக்கு நம்பிக்கை அளித்தார். கதை-தொடர் என்பதையெல்லாம்விட எனக்கு விக்கிரமாதித்தன் என்கிற மனிதரைப் பிடித்தது. மிகவும் எளிமையாக இருந்தார். அன்பாகப் பழகினார். அதிகபட்சம் ஒரு மணி நேரம் பேசியிருப்போம். இருவருமே ஒருவரையொருவர் புரிந்துகொண்டாற்போலத் தோன்றியது. விரைவில் கதையுடன் வருவதாகச் சொல்லி விடைபெற்றேன்.

இன்னொரு நாள் நாங்கள் மூவருமாக இயக்குநர்-நடிகர் ராஜசேகரையும் சந்தித்தோம். இச்சந்திப்புக்காக நரசிம்மன் தி நகரில் ஓர் அறையை நாள் வாடகைக்கு எடுத்திருந்தார். ரகசியம் எதுவும் கிடையாது. அறை எடுத்துப் பேசுமளவுக்கு என்ன இருக்கிறது என்று எனக்குப் புரியவில்லை. ஆனால் இத்துறையில் ஒரு திட்டம் சரியாக உருக்கொள்கிறது என்கிற எண்ணம் தொடர்புள்ள அனைவருக்கும் வருவதற்கு அது அவசியமானது என்பது பிறகு புரிந்தது.

இவ்வாறாகச் சில சந்திப்புகள் நடந்தன. நானும் ஒன்றிரண்டு கதைகளைத் தயார் செய்து விக்கிரமாதித்தனிடம் சொன்னேன். ஒவ்வொரு முறையும் அவர் இன்னொரு கதை யோசித்துக்கொண்டு வரும்படிச் சொல்லி அனுப்புவார். இடைப்பட்ட காலத்தில் நான் குமுதத்தில் பணிக்குச் சேர அழைப்பு வந்தது. கல்கியில் எனக்கு வழிகாட்டியாக இருந்த இளங்கோவன் அப்போது குமுதத்துக்குச் சென்றிருந்தார். அவர் என்னைப் பற்றி குமுதம் இயக்குநர் பி. வரதராஜனுக்குச் சொல்ல, அவரை ஒரு நாள் உட்லண்ட்ஸ் ஓட்டலில் சந்தித்தேன். பத்து நிமிடச் சந்திப்புதான். வந்துவிடுங்கள் என்று சொன்னார்.

பிறகு மூன்றாண்டுகள் குமுதத்தில் கழிந்தன. என் சுபாவத்துக்கு அங்கே அவ்வளவு காலம் இருக்க முடிந்தது அதிகம். அங்கிருந்து வெளியேறியதும் மீண்டும் ஒரு நாள் விக்கிரமாதித்தன் என்னைச் சந்திக்க வந்தார். திரும்பவும் அதேதான். ஒரு கதை சொல்லுங்கள்.

அந்த மூன்றாண்டுகளாகவும் அவருக்குப் பிடித்தமான ஒரு கதை அமையவில்லை என்பது எனக்குச் சிறிது வியப்பாக இருந்தது. எப்படியும் பத்திருபது எழுத்தாளர்களிடமாவது கதை கேட்டிருப்பார். எதுவுமேவா சரியாக அமைந்திருக்காது?

ஆனால், தொலைக்காட்சித் தொடர்களில் ஒன்றிரண்டைத் தவிர மற்றவை அப்படியொன்றும் மகத்தான

கதைகளைக் கொண்டதாக இருந்ததில்லை. தவிர, ஒரு தொலைக்காட்சித் தொடரின் வெற்றி கதையால் தீர்மானிக்கப்படுவதும் இல்லை. இதெல்லாம் பின்னர் நானறிந்த உண்மைகள் என்றாலும் அன்றைக்குச் சிறிது வியப்பாகத்தான் இருந்தது.

இரண்டாயிரத்து நான்காம் ஆண்டு பிப்ரவரி மாதம் கிழக்கு பதிப்பகம் ஆரம்பிக்கப்பட்டது. மைலாப்பூர் கற்பகாம்பாள் நகரில் வாடகைக்கு ஓரிடம் ஏற்பாடு செய்துகொண்டு எளிமையாகப் பணிகளைத் தொடங்கினோம். கிழக்கு ஆரம்பித்த ஒன்றிரண்டு மாதங்களில் விக்கிரமாதித்தனை மீண்டும் சந்தித்தேன். ஒரு நாள் மாலை டிரைவ் இன் உட்லண்ட்ஸ் ஓட்டலுக்கு வெளியே நடைபாதையில் நின்றபடி பேசிக்கொண்டிருந்தபோது, அக்கணத்தில் தோன்றிய கதையொன்றை ஒரு சில வரிகளில் சொன்னேன். கேட்டுக்கொண்டு போய்விட்டார்.

சில மாதங்களுக்குப் பிறகு ஒரு நாள் போன் செய்து நேரில் வருவதாகச் சொன்னார். கற்பகாம்பாள் நகர் கிழக்கு அலுவலக மாடியில் மீண்டும் சந்தித்தோம். நான் சொன்ன கதை ஜெயா டிவியில் ஏற்கப்பட்டிருப்பதாகத் தெரிவித்தார். உடனடியாகச் சிறிது விரிவான கதைச் சுருக்கம் தேவை என்று கேட்டார். அப்படியே அவரை அமர வைத்து, கதைச் சுருக்கத்தை எழுதிக் கொடுத்து அனுப்பினேன்.

அதன்பிறகு நடந்தவை அனைத்தும் அதுவரை நான் பார்த்திராத வேகத்தில் நடந்தன. விக்கிரமாதித்தன் என்னை ஆழ்வார்பேட்டையில் ஒரு வீட்டு முகவரி கொடுத்து அங்கே வரச் சொன்னார். அதுவரை அத்தனை பெரிய பங்களாவுக்குள் நான் சென்றதில்லை. வெளியிலிருந்து பார்த்தால் ஒன்றும் தெரியாது. உள்ளே சென்றால் வேறு உலகமாக இருந்தது. போர்டிகோவில் காண்டாமிருகம் போல இரண்டு கார்கள் நிற்கும். கடந்து

உள்ளே சென்றால் பிரம்மாண்டமான வரவேற்பறை. விலை கூடிய பளிங்கு விளக்குகள். உட்கார்ந்தால் ஏந்திப் படுக்க வைத்துக்கொள்ளும் சோபாக்கள். அழுக்குப் படாத வழுவழுப்பான தரை. அலங்காரப் பிடி வைத்த வளைவு மாடிப் படிகள். எங்கு தொட்டாலும் சில்லென்று இருக்கும். பார்க்கும் இடமெல்லாம் பணத்தின் செழுமை தெரிந்தது. அந்த வீட்டின் மொட்டை மாடி வரை சென்று பார்த்திருக்கிறேன். எல்லா இடங்களிலும் நிறைய பூச்செடிகள் வைத்திருப்பார்கள். நல்ல உயர்தரத் தேக்குப் பலகை போட்ட ஒரு பெரிய ஊஞ்சல்கூட இருந்தது. மொட்டை மாடி கைப்பிடிச் சுவரோரம் நின்று பார்த்தால் வீனஸ் காலனி சாலை ஓர் அங்கவஸ்திரம் போலத் தெரியும்.

அதுதான் நிதின் கபூரின் வீடு என்று சொன்னார்கள். நிதின் கபூர் என்கிற பெயரை நான் அப்போதுதான் முதலில் கேள்விப்பட்டேன். இந்தி நடிகர் கோவிந்தாவின் சகோதரர் என்று இன்னொரு தகவலை இயக்குநர் சொன்னார். இந்தியில் கோவிந்தா என்றொரு நடிகர் இருக்கிறார் என்பதும் அவர் ஸ்ரீதேவியைக் காதலித்தவர் என்பதும் எனக்குத் தெரியும். மற்றபடி அவரது சகோதரர் வரை நான் அறிந்து வைத்திருக்க நியாயமில்லை அல்லவா? நானொரு இந்திப் பட ரசிகனும் இல்லை என்பது ஒரு காரணம்.

சரி. உங்களுக்கு ஜெயசுதாவையாவது தெரியுமா?

ஆம். நடிகை.

அவர்தான் நமது தயாரிப்பாளர். இவர் அவரது கணவர்.

ஓ. சரி.

இங்கே தங்கி, இந்தத் தொடரைத் தயாரித்து அளிக்கப்போவது இவர்தான்.

நல்லது.

ராஜா ஸ்ரீதர் என்கிற தயாரிப்பு நிர்வாகி அறிமுகமானார். எனக்கு ஆயிரத்து எழுநூற்று ஐம்பது ரூபாய் சம்பளம் என்று சொன்னார். உயரமும் ஆகிருதியுமாக நிதின் கபூர் வந்து கைகொடுத்து வாழ்த்துச் சொன்னார். அவரது உள்ளங்கை இரண்டு பேரின் உள்ளங்கைகளைச் சேர்த்துத் தைத்தாற்போல அகலமாக இருந்தது. கோடம்பாக்கம் பெஸ்ட் மருத்துவமனைக்கு எதிர்ப்புறம் ஓர் அடுக்குமாடிக் குடியிருப்பில் அலுவலகம் ஏற்பாடு செய்து தந்தார்கள். மேற்கு மாம்பலம் காசி விசுவநாதர் கோயிலுக்கு அருகே ஒரு வீட்டில் பூஜையுடன் படப்பிடிப்பு ஆரம்பமானது.

மூன்று மூத்த சகோதரிகள் திருமணத்துக்கு இருக்கும்போது நான்காவதாகப் பிறந்தவன் ஒருத்தியைக் காதலித்துத் திருமணம் செய்துகொண்டு வந்துவிடுகிறான். பொறுப்பற்ற கணவனும் பிழை புரிந்த மகனும். தம் மகள்களைக் கரை சேர்க்க ஒரு தாய் என்னென்ன கஷ்டங்கள் படவேண்டியிருக்கும்?

இதுதான் கதைச் சுருக்கம். கெட்டிமேளம் என்று தலைப்பிடப்பட்ட அந்த நெடுந்தொடர், ஜெயா டிவியில் ஒளிபரப்பானது. விக்கிரமாதித்தனுக்கு நல்ல இயக்குநர் என்கிற பெயரும் எனக்கு நல்ல கதை-வசனகர்த்தா என்ற பெயரும் ஒருங்கே கிடைக்கக் காரணமானது.

அது நான் எதிர்பாராத திருப்பம். ஒரு தொலைக்காட்சித் தொடர் வசனகர்த்தாவாக நான் உருப்பெறுவேன் என்று எண்ணியதில்லை. அதற்காக ஆசைப்பட்டதும் இல்லை. ஆனால் நடந்தது. அடுத்தப் பதினேழு ஆண்டுகள் என் வாழ்வின் பெரும்பாலான நேரத்தை அந்தப் பணியே எடுத்துக்கொண்டது.

தொலைக்காட்சித் தொடர்களுக்குள் நான் நுழையக் காரணமாக இருந்தவர் இயக்குநர் விக்கிரமாதித்தன். அவரை எனக்கு அறிமுகப்படுத்திய நரசிம்மனை அதன்பின் பார்க்கவே முடியவில்லை. அவர் ஒரு

தொலைக்காட்சித் தொடரைத் தயாரித்ததாகவும் தெரியவில்லை. ஒரு புதிய இயல் எனக்கு அறிமுகமாகக் காரணமாக இருந்த அவரை என்னால் மறக்க முடியாது.

அவரைப் போலத்தான் அந்தத் தொடரின் தயாரிப்பாளர் ஜெயசுதாவும். அவர் எப்போதும் ஹைதராபாத்திலேயேதான் இருந்தார். நூறாவது எபிசோட் ஒளிபரப்பானபோதோ, இருநூறாவது எபிசோடின்போதோ ஒரு நாள் போனில் பேசி வாழ்த்துச் சொன்னார். அவ்வளவுதான். அந்தத் தொடரின் இறுதி நாள் படப்பிடிப்பு வரை என்றுமே அவரை நான் பார்த்ததில்லை.

அந்தத் தொடர் வெளியாகிப் பல வருடங்களுக்குப் பின்பு ஒரு நாள் செய்தித் தாளில், நிதின் கபூர் மாடியிலிருந்து குதித்துத் தற்கொலை செய்துகொண்டதாகச் செய்தி வந்தது. மிகவும் அதிர்ச்சியாக இருந்தது. நல்ல மனிதர். எப்போதும் தனியாக இருந்தார். அவர் வீட்டில் செடி கொடிகளை கவனித்துக்கொண்டவர்கள்தாம் அவரையும் கவனித்துக்கொண்டிருந்தார்கள். ஒன்றிரண்டு சமயங்களில் அவரோடு அமர்ந்து பேசியிருக்கிறேன். அவர் அடுத்துத் தயாரிக்கவிருந்த தெலுங்கு மற்றும் ஹிந்தி தொடர்களைக் குறித்து அப்போது சொன்னார். ஆனால் அவை வெளிவந்ததாகத் தெரியவில்லை. வலுவான குடும்பக் கதைகள் நிறைய வேண்டும் என்று ஆர்வமுடன் பேசுவார். கெட்டி மேளம்கூட ஒரு வெற்றிகரமான தொடர்தான். பொருளாதார ரீதியில் தயாரிப்பாளரை அது ஏமாற்றியிருக்க வாய்ப்பில்லை.

பொதுவாகவே குடும்ப உறவுகளின் அருமையைப் பேசும் தொடர்கள் ஏமாற்றம் தருவதில்லை.

2. மேளச் சத்தம்

அப்போது டாஸ்மாக் என்ற அரசு சார் அமைப்பு அல்லது நிறுவனம் தோன்றியிருக்கவில்லை. மதுக்கடைகளையும் பார்களையும் தனியாரே நடத்திக்கொண்டிருந்தார்கள். குஷ்பு ஒயின்ஸ், ஜில்ஜில் ஒயின்ஸ், சிலுக்கு ஒயின்ஸ் என்று பலவிதமான பெயர்களில் மதுக்கடைகள் இயங்கிக்கொண்டிருந்தன. கோடம்பாக்கத்தில் காயத்ரி ஒயின்ஸ் என்பது ஓர் அடையாளத் தலம். ஒரு குறிப்பிட்ட இடத்திலிருந்து இன்னோர் இடத்துக்குச் செல்ல வழி சொல்வதென்றால் காயத்ரி ஒயின்ஸைத் தொட்டுத்தான் எல்லோரும் சொல்வார்கள். பெஸ்ட் மருத்துவமனை இருக்கும் சாலையின் தொடக்கத்தில் அந்தக் கடை இருந்தது. அந்த மருத்துவமனையானாலும் சரி, கங்கையம்மன் கோயிலானாலும் சரி, கோடம்பாக்கம் மின்சார வாரிய அலுவலகமானாலும் சரி, வைரமுத்துவின் திருமண மண்டபமானாலும் சரி. காயத்ரி ஒயின்ஸிலிருந்து எப்படிச் செல்வது என்று சொன்னால் சென்று சேர்ந்துவிடுவது சுலபமாக இருக்கும். மது அருந்தும் பழக்கம் அறவே இல்லாதவர்களுக்கும்கூட அந்தக் கடையை அவ்வகையில் தெரியும்.

இயக்குநர் விக்கிரமாதித்தன், கெட்டி மேளம் தொடரின் தயாரிப்பு அலுவலக முகவரியை எனக்கு காயத்ரி

ஒயின்ஸை முன்வைத்தே விளக்கினார். காயத்ரி ஒயின்ஸ் அமைந்துள்ள அதே சாலை. நடந்து வந்துகொண்டே இருந்தால் இருபதடி தொலைவிலேயே இடப்புறம் அந்த அடுக்குமாடிக் குடியிருப்பு வந்து விடும். முதல் மாடியில் நமது அலுவலகம் உள்ளது என்று சொன்னார்.

கிழக்கு பதிப்பகம் ஆரம்பித்துப் பரபரப்பாக இயங்கத் தொடங்கியிருந்த காலம். அதன் ஆசிரியராகப் பொறுப்பேற்றுப் பணியாற்றத் தொடங்கியிருந்தேன். மைலாப்பூர் கற்பகாம்பாள் நகரில் அதன் அலுவலகம் இருந்தது. புராதனமானதொரு வீட்டின் மாடி போர்ஷனை அலுவலகமாக்கியிருந்தார்கள். ஆசிரியர் குழுவில் என்னோடு சேர்த்து இரண்டு பேர். தட்டச்சு ஊழியர் ஒருவர். அக்கவுண்டண்ட் ஒருவர். அலுவலக உதவியாளர் ஒருவர். பதிப்பகத்தைத் தொடங்கியிருந்த பத்ரி சேஷாத்ரி, அப்போது க்ரிக் இன்ஃபோ என்கிற விளையாட்டு இணையத்தள நிறுவனம் ஒன்றின் உயரதிகாரியாகப் பணியாற்றிக்கொண்டிருந்தார். கிழக்கு பதிப்பகத்தின் இன்னொரு பங்குதாரரான சத்யநாராயணனும் அதே நிறுவனத்தில்தான் பணியாற்றிக்கொண்டிருந்தார். இருவரும் அங்கிருந்து வெளியேறியிருக்கவில்லை. எனவே மாலை வேளைகளில் மட்டும்தான் அவர்கள் கிழக்கு அலுவலகத்துக்கு வருவார்கள். பத்ரி வரும்போது பதிப்பக வேலைகள் குறித்துச் சிறிது நேரம் பேசிவிட்டுப் பொதுவாக ஆகாயத்துக்குக் கீழே உள்ள அனைத்தையும் குறித்து நெடு நேரம் பேசிக்கொண்டிருந்துவிட்டுப் பிரிவோம்.

கெட்டி மேளம் நெடுந்தொடர் ஆரம்பிக்கப்பட்டபோது நான் தினமும் மாலை அலுவலகம் முடிந்ததும் கோடம்பாக்கத்துக்குக் கிளம்பிச் செல்ல வேண்டியிருந்தது. எனவே நாங்கள் உலக விவகாரங்களை விவாதிப்பது குறைய ஆரம்பித்தது. ஒரு வகையில் அது உலகுக்கு நல்லது என்றபோதிலும் முதலாளி அலுவலகம் வரும் நேரத்தில் நான் அலுவலகத்தை விட்டுக் கிளம்புவது

சிறிது சங்கடமாக இருந்தது. ஆனால் வேறு வழியில்லை. எப்படி பதிப்புத் துறை எனக்குப் புதிதோ, அப்படித்தான் தொலைக்காட்சித் தொடர் துறையும் புதிது. ஒரே சமயத்தில் இரண்டிலும் கற்கவும் பணியாற்றவும் வேண்டியிருந்தது.

கோடம்பாக்கம் காயத்ரி ஒயின்ஸ் இருந்த சாலையில் கெட்டிமேளம் அலுவலகம் அமைந்திருந்த அபார்ட்மெண்டில் ஒரு வசதி உண்டு. அந்த முதல் தளத்தில் அந்த ஒரு நிறுவனத்தைத் தவிர வேறு நிறுவனமோ, குடியிருப்போ கிடையாது. தளம் முழுதும் ஒரே அலுவலகம். மிக நீண்ட ஹால் ஒன்று இருக்கும். அதன் ஓரங்களில் பெரிது பெரிதாக அறைகள் இருக்கும். வினோதம் என்னவென்றால் அந்த அலுவலகம் இயங்கிய அபார்ட்மெண்டுக்குள் ஒரு நாள்கூட நான் சென்றதில்லை. அதன் எதிர்ப்புறம் மீதமிருந்த சிறியதொரு இடத்தில் தனியாக ஓர் அறை கட்டிவிட்டிருந்தார்கள். பொதுவாக பால்கனியாகத் திறந்துவிடப்படும் இடம். இடையில் மாடிப்படி வந்துவிட்டதால் தனி அறை ஆக்கிவிட்டார்கள் என்று தோன்றியது.

எட்டுக்குப் பத்தோ, பத்துக்குப் பன்னிரண்டோ அளவு இருக்கும். அந்த அறையைக் கதை விவாதத்துக்காக ஒதுக்கித் தந்திருந்தார்கள். நான் கோடம்பாக்கம் போகும்போதெல்லாம் நேரே அந்த அறைக்குத்தான் செல்வேன். அங்கேயே இயக்குநருடனும் குழுவின் இதர உறுப்பினர்களுடனும் பேசிக்கொண்டிருந்துவிட்டுத் திரும்பிவிடுவேன். எதிர்ப்பக்க அலுவலக அபார்ட்மெண்ட்டுக்குள் நுழைய அவசியம் ஏற்பட்டதில்லை.

எண்ணிப் பார்த்தால் சிறிது திகைப்பாகக் கூட இருக்கிறது. மெட்டி ஒலி என்கிற நெடுந்தொடர், சன் டிவியில் ஒளிபரப்பாகி தமிழ் அறிந்த உலகம் முழுதும் பேசப்பட்டுக்கொண்டிருந்த காலத்தில், சன்

டிவிக்கு வெளியே மிகப் பரவலாகப் பேசப்பட்ட ஒரே தொடர் கெட்டிமேளம்தான். உண்மையில் இன்று வரை அந்தத் தொடர் தொட்ட உயரத்தை ஜெயா டிவியில் இன்னொன்று எட்டவில்லை என்று தோன்றுகிறது. அம்முழுத் தொடரும் உருவான இடம் அந்த எட்டுக்குப் பத்து அறைதான்.

கெட்டி மேளம் குழுவில் வெளி நபர் நான் ஒருவன் மட்டுமே. இயக்குநர் தொடங்கி பெரும்பாலான தொழில்நுட்ப வல்லுநர்கள் மெட்டி ஒலியில் ஒன்றாகப் பணிபுரிந்தவர்களாக இருந்தார்கள். இயக்குநர் விக்கிரமாதித்தன், மெட்டி ஒலியின் இரண்டாவது யூனிட்டுக்குப் பொறுப்பாளராக இருந்தவர். திரைக்கதை எழுதிய முத்துச்செல்வன், மெட்டி ஒலிக்குத் திரைக்கதை எழுதியவர். உதவி இயக்குநர்களாக இணைந்திருந்த இரண்டு இளைஞர்களும் மெட்டி ஒலியுடன் ஏதோ வகையில் தொடர்பு கொண்டவர்கள் என்றுதான் நினைக்கிறேன். அவர்கள் போக முத்துக்குமாரசாமி என்ற இன்னொரு உதவி இயக்குநரும் எப்போதாவது வருவார். அவரும் மெட்டி ஒலியில் பணியாற்றியவர்.

மேனேஜர், அவரது உதவியாளர், ஒளிப்பதிவாளர், எடிட்டர் என்று அநேகமாக அத்தனை பேருமே அங்கிருந்து அல்லது அந்தத் தொடர்பிலிருந்துதான் வந்திருந்தார்கள். இயக்குநருக்கு அதுதான் வசதி என்று புரிந்துகொண்டேன். நான் ஒருவன் மட்டும் வெளியாளாக இருப்பதை எப்படி சகித்துக்கொள்வார் என்று கவலையாக இருந்தது.

காரணம், அவர்கள் அத்தனை பேருமே முழு நேரமும் சீரியல் துறையில் மட்டுமே இருப்பவர்கள். நான் மட்டுமே பகுதி நேரப் பணியாளன். காலை ஏழு அல்லது ஏழரைக்குத் தூங்கி விழிப்பது முதல் இரவு பன்னிரண்டு அல்லது ஒரு மணிக்குப் படுக்கச் செல்லும் வரை அவர்கள் பெரும்பாலும் ஒன்றாகவே

இருந்தார்கள். எங்கு சென்றாலும் ஒன்றாகவே செல்வார்கள். இவர்களுக்கெல்லாம் வீடு, பெற்றோர், மனைவி, குழந்தைகள் இருக்க மாட்டார்களா என்று பல நாள் வியந்திருக்கிறேன். வேறு சிந்தனையே இல்லாமல் சீரியலில் மட்டுமே கவனம் செலுத்துபவர்களாக இருந்தார்கள். நானோ, மாலை ஐந்து மணி வரை புத்தகப் பணிகளில் மூழ்கியிருந்துவிட்டு அதன் பிறகுதான் சீரியல் குறித்துச் சிந்திக்க ஆரம்பிப்பேன். கோடம்பாக்கம் அலுவலகத்துக்கு ஆறு, ஆறரைக்கு வந்துவிடுவேன். ஆனால் ஒன்பது மணிக்கெல்லாம் வீட்டுக்குக் கிளம்பிவிடும் வழக்கம் வைத்திருந்தேன். ஒரு கதை விவாதம் என்பது பெரும்பாலும் இரவு பத்து மணிக்குப் பிறகே வேகமெடுக்கத் தொடங்கும் என்பதெல்லாம் அப்போது எனக்குத் தெரியவே தெரியாது.

அலுவலகத்தில் விவாதிப்பது போதாமல் சில சமயம் ஏதாவது விடுதியில் அறையெடுத்து இரண்டு மூன்று நாள்களுக்கு இரவு பகல் பாராமல் விவாதம் நடக்கும். அந்தச் சமயங்களில் அவர்கள் எல்லோரும் விடுதியிலேயே தங்கிவிடுவார்கள். நான் மட்டும் ஆபீஸுக்கு வந்து செல்பவன் போலத்தான் அங்கும் போய்க்கொண்டிருந்தேன்.

இவையெல்லாம்கூடப் பெரிய விஷயமல்ல. படப்பிடிப்பு நடக்கத் தொடங்கிய பின்பு என்றுமே அந்தப் பக்கம் போகாதவனாக இருந்தேன். எப்போதாவது ஓரிரு முறை எனக்குப் போய்வரச் சௌகரியமான இடத்தில் படப்பிடிப்பு இருந்தால், சும்மா போய் சிறிது நேரம் வேடிக்கை பார்த்துவிட்டு வருவேனே தவிர, ஒரு வசன கர்த்தாவாக அங்கேயே இருந்து எழுதியதோ, கலைஞர்களுக்கு வசனம் சொல்லித் தந்ததோ, தேவைக்குத் திருத்தங்கள் செய்ததோ அறவே இல்லை.

இது பற்றிய குற்ற உணர்வு எனக்கு அப்போது இருந்தது. என்னால் பதிப்புப் பணியை முற்றிலும்

உதறிவிட்டு சீரியலுக்குச் செல்லவே முடியாது என்று தோன்றினாலும் நான் செய்வது அநியாயம் என்றும் சேர்ந்தே தோன்றும். ஆனால் இயக்குநர் ஒருமுறைகூட என்னைக் கடிந்துகொண்டதில்லை. இது பற்றிப் புகார் சொன்னதில்லை. எப்போதாவது படப்பிடிப்புத் தளத்துக்கு நான் சென்றால் அப்படி கவனிப்பார். எனக்கு என்னவெல்லாம் பிடிக்குமோ அதையெல்லாம் தருவித்துத் தருவார். இந்த உலகிலேயே அதி உயர்ந்த மரியாதைக்குரிய ஒரே நபர் நான்தான் என்பது போல நடத்துவார்.

அன்றைக்கு நான் அவ்வளவு புகழ்பெற்ற எழுத்தாளனல்லன். சில புத்தகங்கள், சில விருதுகள் வாய்த்திருந்தன என்றாலும் பெயரைச் சொன்னாலே தெரிகிற அளவுக்குப் பிரபலமில்லை. இயக்குநர் என்னுடைய புத்தகங்கள் அனைத்தையும் படித்தவரோ, என்னுடைய ரசிகரோ அல்ல. படிப்பாளிதான். ஆனால் அவரது விருப்பங்கள், தேர்வுகள் வேறு. அது எனக்குத் தெரியும். இருப்பினும் இந்தத் துறையின் ஆதார சக்தி எழுத்தாளன்தான் என்பதைக் குழுவில் உள்ள அத்தனை பேருக்கும் உணர்த்துவதற்காகவே அப்படி நடந்துகொள்கிறார் என்று எண்ணிக்கொள்வேன்.

அது ஓரளவு உண்மை என்றாலும் முழு உண்மையல்ல. எழுத்தாளர் என்றில்லை. சந்திக்க நேரும் அத்தனை மனிதர்களையும் அவர் அப்படித்தான் நடத்துவார் என்பது பின்னர் புரிந்தது. பெரியவர் சிறியவர் என்ற பேதம் கிடையாது. சீனியர் ஜூனியர் என்ற பாகுபாடு கிடையாது. அவரது குருநாதரானாலும் சரி, அவரிடம் பணியாற்றும் கடைசி உதவி இயக்குநரானாலும் சரி. ஒரே விதமான மரியாதையைத்தான் வழங்குவார். உணவு நேரத்தில் அவரோடு எத்தனை பேர் இருந்தாலும் சரி. அவர்தான் அனைவருக்கும் உணவளிப்பார். இன்னொருவரைச் செலவழிக்க விட்டுப் பார்த்ததேயில்லை. அம்மாதிரி

ஒரு மனிதரை வாழ்வில் அதற்கு முன்னும் பின்னும் நான் சந்தித்ததில்லை.

கெட்டி மேளம் தொடரின் மூலக் கதை என்னுடையது. ஆனால் திரைக்கதை ஆக்கத்தில் அது வேறு விதமாக உருமாறிவிட்டது. சரியாகச் சொல்வதென்றால் என் மூலக் கதையைக் காட்டிலும் திரைக்கதை சிறப்பாக அமைந்திருந்தது. அதனால்தான் அந்தத் தொடர் அன்று பெரிய அளவில் பேசப்பட்டது.

இரண்டாயிரத்து நான்காம் ஆண்டு எனக்கு வாழ்வின் மிக முக்கியமான பல மகிழ்ச்சிகளை ஒருங்கே அளித்தது. கிழக்கு பதிப்பகத்தின் தோற்றம், டாலர் தேசம் அடைந்த வெற்றி, கெட்டி மேளம் தொடர், அதன் மூலம் கிடைத்த தொடர்புகள், புகழ், பிரபலம், அனைத்துக்கும் மேலாகப் பொருளாதார ரீதியில் பெருமளவு மூச்சு விட்டுக்கொள்ள முடிந்தது, நீண்ட நாள் காத்திருப்புக்குப் பிறகு எனக்கு மகள் பிறந்தது, அலகிலா விளையாட்டு நாவலுக்கு பாரதீய பாஷா பரிஷத் விருது கிடைத்தது, முதல் முதலில் லட்சத்தில் ராயல்டி வாங்கியது, அது தந்த பரவசத்தில் கார் வாங்கியது எனப்பல.

இவை அனைத்தைக் காட்டிலும் இன்னொன்று உண்டு. பதிப்பு, தொலைக்காட்சித் தொடர் என்ற இரண்டு துறைகளிலும் கவனிக்கப்படும் நபராக ஆகிக்கொண்டிருந்தேன். இது மகிழ்ச்சியளித்தாலும் சிறிது அச்சத்தையும் சேர்த்து அளித்தது. தொடர்பில்லாத இருவேறு துறைகளில் சிக்கலில்லாமல் தொடர்ந்து இயங்க முடியுமா என்று கவலையாக இருந்தது.

3. எதிலும் இரண்டு

இரண்டாயிரமாவது ஆண்டுக்கு முன்பு வரை அப்படி நடந்ததில்லை. பின்னர் திடீரென்று ஏதோ கிரக நிலை மாற்றம் ஏற்பட்டிருக்க வேண்டும். எதையாவது ஒன்றை நான் புதிதாகச் செய்யத் தொடங்கினால் உடனே இன்னொரு புதியது வந்து சேர்ந்துகொள்ளும். ஒரு நேரத்தில் ஒரு பணியை எடுத்து முடித்தோம் என்பதே கிடையாது. இரண்டு கடமைகள். இரண்டு கவலைகள். மிகவும் விழிப்புடன் இதனைக் கவனிக்கிறேன். ஒரு முறை, இரண்டு முறையல்ல. ஒவ்வொரு புதிய பணியைத் தொடங்கும்போதும் உடனடியாக இன்னொரு புதிய பணி வந்து சேர்ந்துகொள்ளும். இரண்டு வேலைகளை ஒன்றாகச் செய்வது என்பது எதனாலேயோ எனக்குக் கடமையாக்கப்பட்டுவிட்டது. சில சமயம் இரண்டு பணிகளுமே வெற்றியைக் கொடுக்கும். எதிர்மறை விளைவென்றாலும் இரண்டிலுமே அது வெளிப்படும். இதில் மாற்றமே இருந்ததில்லை.

கிழக்கு பதிப்பகத்தில் பதிப்பாசிரியப் பணியைத் தொடங்கியபோது கெட்டி மேளம் தொலைக்காட்சித் தொடருக்கு எழுத ஆரம்பித்ததுதான் தொடக்கம். முதலில் சில மாதங்கள் திகைத்துத் திணறும்படி ஆனது. பகலெல்லாம் அலுவலக வேலை பார்த்துவிட்டு இரவு

முழுவதும் உட்கார்ந்து சீரியல் வசனம் எழுதவேண்டும். அதிகாலை நான்கு அல்லது ஐந்து மணிக்கு எழுதி முடித்துவிட்டுக் கதவில் தொங்கும் பால் பையில் வசனத் தாள்களைப் போட்டுவிட்டுப் படுத்துக்கொண்டால், பால்காரர் வந்து பால் பாக்கெட் போடுவதற்கு முன்னால் சீரியல் கம்பெனி டிரைவர் வந்து பேப்பரை எடுத்துக்கொண்டு போய்விடுவார். அப்போது மின்னஞ்சல் வசதி வந்துவிட்டிருந்தது. ஆனால் பரவலாகவில்லை. ஒரு படப்பிடிப்பு தினத்தின் முதல் பணி, வசனகர்த்தாவிடம் இருந்து பேப்பர் வாங்கிச் செல்வது. மாதத்தில் இருபது இருபத்திரண்டு நாள்களுக்கு இந்தப் பணி இருக்கும். இது இல்லாத நாள்களில் கதை விவாதம் இருக்கும். அப்போது பேப்பருக்கு வண்டி வராது.

அது ஒரு முடிவற்ற பணி. அந்த அச்சில் முழுதாகப் பொருந்துவதற்குச் சில மாதங்கள் பிடித்தன. அதிர்ஷ்டவசமாக நான் கம்ப்யூட்டரில் எழுதுபவனாக இருந்ததால் (அன்று இத்துறையில் பெரும்பாலானோர் கையால் எழுதுவோராகவே இருந்தார்கள்) சிறிது சமாளிக்க முடிந்தது.

சுமார் ஒன்றரை ஆண்டுகள் கெட்டி மேளம் தொடர் ஒளிபரப்பானது. அது முடிவை நோக்கி நகர்ந்துகொண்டிருந்தபோது ஒரு நாள் இயக்குநர் என்னிடம், சித்திக் சார் உங்களைக் குறித்து விசாரித்தார். அநேகமாக உங்களை எழுதக் கூப்பிடுவார் என்று சொன்னார். சினி டைம்ஸ் நிறுவனத்தை நடத்தி வந்தவர், சித்திக். மெட்டி ஒலி அவருடைய தயாரிப்பு.

கெட்டிமேளம் ஒளிபரப்பாகிக்கொண்டிருக்கும்போது இன்னொன்றை எப்படி ஒப்புக்கொள்வது, ஒப்புக்கொண்டாலும் முடியுமா என்று குழம்பினேன். 'அதெல்லாம் பிரச்னை இருக்காது. இது இன்னும் மூன்று மாதங்களில் முடிந்துவிடும். அவர் புதிய தொடர் ஆரம்பிக்க அதே அவகாசம் தேவைப்படும். எல்லாம் சரியாக இருக்கும்' என்று விக்கிரமாதித்தன் சொன்னார்.

சினி டைம்ஸ் நிறுவனம் அப்போது மெட்டி ஒலியை முடித்துவிட்டு முகூர்த்தம் என்றொரு தொடரைத் தயாரித்துக்கொண்டிருந்தது. கெட்டி மேளத்துக்குத் திரைக்கதை எழுதிய முத்துச்செல்வன் அதன் இயக்குநர். தொடர் ஒளிபரப்பாகத் தொடங்கிச் சில மாதங்கள் ஆகியிருந்த நிலையில், அதே நிறுவனம் வேறொரு இயக்குநரைக் கொண்டு, இன்னொரு தொடரைத் தயாரிக்கவிருப்பதாக விக்கிரமாதித்தன் சொன்னார். அதற்குத்தான் என்னை எழுதக் கேட்டு, தயாரிப்பாளர் அவருடன் பேசியிருக்கிறார்.

இதெல்லாமே அப்போது புதிதாகவும் வியப்புக்குரியதாகவும் இருந்தது. மெட்டி ஒலி ஒளிபரப்பாகிக்கொண்டிருக்கும்போது, அதிலிருந்து விலகி வந்து கெட்டிமேளம் இயக்கத் தொடங்கியவர், விக்கிரமாதித்தன். சினி டைம்ஸுக்கு மிக நிச்சயமாக அப்போது அது பெரிய இழப்பாகத்தான் இருந்திருக்கும். ஆனாலும் தயாரிப்பாளருக்கும் அவருக்கும் நல்லுறவு சாத்தியமாக இருந்தது. அது வெறும் நலம் விசாரிக்கும் உறவாக இல்லாமல், உன் வசனகர்த்தாவை எனக்குக் கொடு என்று கேட்கும் அளவுக்கு வெளிப்படைத்தன்மை மிக்கதாகவும் இருந்தது. அவர் கேட்டது ஒரு பொருட்டல்ல. ஒப்புக்கொண்டு எழுதுங்கள் என்று இயக்குநர் எனக்கு ஊக்கமளித்ததை முக்கியமானதென்று நினைத்தேன்.

இரண்டொரு தினங்களில் சினி டைம்ஸ் சித்திக் இயக்குநரின் தொலைபேசிக்கு அழைத்து என்னிடம் பேசினார். கெட்டிமேளம் வசனங்கள் நன்றாக இருப்பதாகச் சொல்லிவிட்டுத் தன்னுடைய நிறுவனம் தயாரிக்கவிருக்கும் புதிய தொடருக்கு எழுதக் கேட்டுக்கொண்டார்.

மகிழ்ச்சியுடன் ஒப்புக்கொண்டு அன்றிரவு வீடு திரும்பினேன். பத்தரை மணி இருக்கும். கெட்டிமேளத்தின்

திரைக்கதை ஆசிரியர் முத்துச்செல்வன் அழைத்தார். அவரது இயக்கத்தில் ஒளிபரப்பாகிக்கொண்டிருந்த முகூர்த்தம் தொடருக்கு என்னை எழுதச் சொல்லிக் கேட்டார்.

உண்மையில் அவருக்கு என்ன பதில் சொல்வது என்றே தெரியவில்லை. சில மணி நேரங்களுக்கு முன்பு தயாரிப்பாளர் சித்திக் அழைத்துப் பேசிய விவரத்தை அவரிடம் சொன்னேன்.

ஒன்றும் பிரச்னை இல்லை சார். அவரிடம் நான் பேசிவிடுகிறேன். விக்ரமிடமும் பேசிவிடுகிறேன். எனக்கு இப்போது நீங்கள் மிகவும் அவசியம். வந்தால் பெரிய உதவியாக இருக்கும் என்று சொன்னார்.

அது மகிழ்ச்சியா, கவலையா என்று சரியாகத் தெரியவில்லை. முகூர்த்தத்துக்கு அப்போது வசனம் எழுதிக்கொண்டிருந்தவர் பாஸ்கர் சக்தி. அதே பழைய மெட்டி ஒலி குழுவில் ஒருவர். கெட்டி மேளத்துக்கு ஒரு குழு அங்கிருந்து புறப்பட்டு வந்தது போலத்தான் முகூர்த்தத்தில் ஒரு குழு, கோலங்களுக்கு ஒரு குழு என்று மெட்டி ஒலி அள்ளி அளித்திருந்தது. பாஸ்கர் கோலங்கள், முகூர்த்தம் என இரண்டு தொடர்களுக்கும் வசனம் எழுதிக்கொண்டிருந்தார். அவருக்கு பதிலாக நான் எழுதுவது சரியாக இருக்காதே என்று தயங்கினேன். பாஸ்கர் கோலங்களில் மிகவும் மும்முரமாக இருப்பதால் முகூர்த்தத்துக்கு எழுதுவதில் நடைமுறைச் சிக்கல்கள் இருப்பதாகவும் அதன் பொருட்டு நான் யோசிக்க வேண்டாம் என்றும் இயக்குநர் சொன்னார்.

என் கவலையும் அதுதான். கெட்டி மேளம் அப்போது முடிவை நோக்கி நகர்ந்துகொண்டிருந்தாலும், முழுதாக முடிவடையக் குறைந்தது மூன்று மாதங்கள் பிடிக்கும் என்ற நிலையில்தான் இருந்தது. அதற்குத் திரைக்கதை எழுதும் முத்துச்செல்வன் தான் முகூர்த்தத்தின் இயக்குநர் என்பதால் அவருக்கும் அது நன்றாகத் தெரியும். அப்படி

இருக்க, இரண்டு தொடர்களுக்கு என்னால் மட்டும் எப்படிச் சரியாக எழுத முடியும்?

தயாரிப்பாளர் சித்திக் என்னை வேறொரு புதிய தொடருக்கு எழுத அழைத்திருப்பதை நான் அவரிடம் மீண்டும் சொன்னேன். ப்ரொட்யூசர்கிட்ட நான் பேசறேன் சார் என்று சொன்னார்.

எப்படியும் இரண்டு தொடர்களுக்கு ஒரே சமயத்தில் எழுத வேண்டியது கட்டாயமாகிவிடும் போலத் தெரிந்தது. விக்கிரமாதித்தனுக்கு போன் செய்து முத்து பேசிய விவரத்தைச் சொன்னேன். செய்யுங்கள் என்று அவர் சொன்னார்.

ஒரு வாய்ப்பு எப்படி வருகிறது, ஏன் வருகிறது, எந்தப் புள்ளியில் நமது பணி இன்றியமையாததாகிறது என்பதை இதர துறைகளில் உதாரணங்களைக் கொண்டு விளக்கிவிடலாம். தொலைக்காட்சித் தொடர்களைப் பொறுத்தவரை அது சாத்தியமில்லை. நன்றாக எழுதுவதால் நிறைய வாய்ப்புகள் வருகின்றன என்பது மிக மேலோட்டமான முன்முடிவு. நாம் என்ன முயற்சி செய்தாலும் தொடர்களுக்கு எப்போதும் நன்றாக எழுதிக்கொண்டிருக்க முடியாது. சிறிது கவனம் செலுத்தினால் ஒரு எபிசோடில் ஒன்று அல்லது இரண்டு வசனங்களை ரசிக்கும்படியாக எழுதலாம். அவ்வளவுதான். ஏனெனில், வரி வரியாக யோசித்து எழுதுவதற்கு நேரம் இருக்காது. ஒரு நாளில் இருபத்தைந்து நிமிடங்கள், முப்பது நிமிடங்கள், நாற்பது நிமிடங்களுக்குப் படம் பிடிக்க வேண்டும் என்று இயக்குநர்களுக்கு நிர்ப்பந்தம் இருக்கும். முப்பது நிமிடப் படப்பிடிப்புக்குக் குறைந்தது ஐம்பது முதல் அறுபது பக்கங்கள் வரை எழுத வேண்டியிருக்கும். அதை ஐந்து அல்லது ஆறு காட்சிகளாகப் பிரிப்பார்கள். இது போக மாதத்தில் சில நாள்களுக்கு இரண்டு யூனிட் படப்பிடிப்பு நடக்கும். இரண்டாவது யூனிட் இயக்குநருக்கும் அதே முப்பது

நிமிட நிர்ப்பந்தம் அளிக்கப்பட்டிருக்கும். என்றால், வசனகர்த்தா அறுபது நிமிடங்களுக்கான பக்கங்களை எழுதியாக வேண்டும்.

ஆர்வத்தில் ஒரு நாள் எழுதலாம். ஒரு வாரம், ஒரு மாதம் எழுதலாம். வருடம் முழுதும் ஓய்வே இல்லாமல் எழுதிக்கொண்டிருக்கும்போது வசனத் தரம் என்பது நடுத்தரமாகத்தான் இருக்கும். அது கீழே போய்விடாமல் வேண்டுமானால் நாம் கவனித்துக்கொள்ளலாமே தவிர, மிகச் சிறந்த வசனங்களுக்காகக் காத்திருப்பதெல்லாம் நடை முறை சாத்தியமற்றது. தானாக எப்போதாவது வந்து விழும். பொறுக்கி எடுத்துக்கொள்ள வேண்டியதுதான்.

எனவே, வாய்ப்பு தரத்தின் அடிப்படையில் வராது. அதற்கு வேறு இரண்டு காரணங்கள் இருக்கின்றன.

முதலாவது, நாம் எழுதி அனுப்பும் தாளில் இயக்குநருக்கு வேலையே இருக்கக் கூடாது. சிறந்த வசனங்களாக இல்லாவிட்டால் பிரச்னை இல்லை. அது காட்சிக்குப் பொருத்தமானதாக, சரியான அளவில் தேவையான உணர்ச்சிகளை உள்ளடக்கிப் பேசுவதாக இருந்துவிட்டால் இயக்குநர் நிம்மதியாகிவிடுவார். நேரே படப்பிடிப்புக்குச் சென்றுவிடுவார். அப்படி இல்லாமல் அவர் உட்கார்ந்து வசனங்களைத் திருத்திக்கொண்டிருந்தால் படப்பிடிப்பு வேலை கெடும்.

இரண்டாவது காரணம், தாமதமின்றி, நேரத்துக்கு வசனத் தாள்கள் போய்ச் சேருவது. உண்மையில் இதுதான் இந்தத் துறையில் ஒரு வசனகர்த்தாவை நிரந்தரமாக நிலைத்திருக்க வைக்கும். நீங்கள் எடுத்துக்கொண்டே இருங்கள், அடுத்த காட்சி வந்துகொண்டே இருக்கிறது என்று சொல்கிற வசனகர்த்தாவைப் பொதுவாக இயக்குநர்கள் விரும்புவதில்லை. அவர்கள் எடுத்தாலும் எடுக்காவிட்டாலும் அன்றன்றைக்கு என்று திட்டமிடப்பட்ட காட்சிகளுக்கான வசனங்கள்

இயக்குநர் காலை தூங்கி எழும்போது அவர் கையருகே இருந்துவிட்டால் போதும்.

மேற்சொன்ன இரண்டு காரணங்கள்தாம் எனக்கு இன்னொரு வாய்ப்பைப் பெற்றுத் தரக் காரணமாக இருந்தன என்பதில் சந்தேகமில்லை.

இத்தனைக்கும் கெட்டிமேளத்துக்கு நான் எழுதிய அனைத்து வசனங்களும் இயக்குநருக்குச் சிரமம் வைக்காதவை என்று சொல்ல மாட்டேன். அவர் கைவைத்துத் திருத்தி எழுதி எடுத்த காட்சிகளை ஒளிபரப்பில் பார்த்து, மாற்றங்களுக்கான காரணத்தை அறிந்து அதற்கு ஏற்றாற்போல எழுத்து முறையை மாற்றிக்கொண்டதுதான் அவரைக் கவர்ந்திருக்க வேண்டும்.

நான் பத்திரிகை எழுத்துக்குப் பழகியவன். கட்டுரை, கதைகளில் இன்னொருவர் கைவைக்க அவசியமே இராது. சீரியல் வசனம் என்பது எனக்கு முற்றிலும் புதிது. அது சினிமா அல்ல. மிக நிச்சயமாக அல்ல. இரண்டு துறைகளுக்கும் பொதுவான அம்சமாக கேமரா என்ற கருவியை மட்டும்தான் சொல்வேன். திரைக்கதை, வசனம், ஒளி அமைப்பு, காட்சி அமைப்பு, இயக்கம், எடிட்டிங், இசை என்று எல்லாவற்றிலும் இரண்டுக்கும் எந்தச் சம்பந்தமும் கிடையாது.

இதை மிக எளிதாகப் புரிய வைக்க ஓர் உதாரணம் சொல்லலாம். எப்படி இருக்க என்று யாராவது கேட்கும்போது, நல்லா இருக்கேன் என்று பதில் சொல்ல வேண்டும். திரைப்படம் என்றால் வசனம் வேண்டாம். ஒரு புன்னகையுடன் கூடிய மெல்லிய தலையசைப்பு போதும். புன்னகை மட்டுமேகூடப் போதுமானதாக இருக்கும். ஆனால் அப்படி முடித்துவிடுவது சீரியலுக்குச் சரியான எழுத்துமுறை அல்ல. நேத்து வரைக்கும் பட்ட கஷ்டத்த நினைச்சிப் பாத்தா இன்னிக்கு நான் எப்படி

உயிரோட இருக்கேன்னே ஆச்சரியமா இருக்கு. எதோ, ஆண்டவன் புண்ணியத்துல இன்னிக்குப் பொழுது நல்லபடியா விடிஞ்சிது என்பதே இதற்குச் சரியான பதில்.

இப்படித்தான் எழுத வேண்டும் என்று சொல்ல மாட்டார்கள். ஆனால், இப்படி எழுதினால் அநாவசியத் தொந்தரவுகள் இருக்காது. கூப்பிட்டு இதை மாற்று, அதை மாற்று என்று கேட்க மாட்டார்கள். படப்பிடிப்பு ஒழுங்காக நடக்கும். இயக்குநர் மகிழ்ச்சியடைவார்.

சினி டைம்ஸ் சித்திக்கும் முத்துச்செல்வனும் பேசியதற்கு நான்கைந்து நாள்களுக்குப் பிறகு சினி டைம்ஸில் இருந்து சௌந்தர்ராஜன் என்ற அந்நிறுவன நிர்வாகி அழைத்தார். என்னை உடனடியாக நடிகர் மோகனின் அலுவலகத்துக்குச் சென்று அவரைச் சந்திக்கும்படி சொன்னார்.

ஒரு காலத்தில் மைக் மோகன் என்று நகைச்சுவையாகக் குறிப்பிடப்பட்டாலும், அவர் நடித்த பெரும்பாலான திரைப்படங்கள் வெற்றியடைந்திருக்கின்றன. தமிழ் சினிமாவில் சொந்தக் குரலில் பேசாமல் கதாநாயகனாக ஒரு பெரிய சுற்று வந்து முடித்த ஒரே நபர் அவர்தான். அவர் சினி டைம்ஸ் சித்திக்கின் நெருங்கிய நண்பர் என்பதும், சினி டைம்ஸ் ஆரம்பிக்கவிருக்கும் புதிய தொலைக்காட்சித் தொடருக்குக் கலைஞர்களையும் தொழில்நுட்ப வல்லுநர்களையும் அவர்தான் நேர்காணல் செய்து நியமித்துக்கொண்டிருக்கிறார் என்றும் அறிந்தேன்.

ஒரு சனிக்கிழமை காலை மோகனை தியாகராய நகரில் அவரது அலுவலகத்தில் சந்தித்தேன். நான்தான் எழுதுகிறேன் என்று சித்திக் சொல்லியிருப்பார் என்று தோன்றியது. எனவே அறிமுகம் செய்துகொண்டதுமே வாழ்த்துச் சொல்லி, எபிசோடுக்கு இரண்டாயிரம் ரூபாய் சம்பளம் என்று சொன்னார். கெட்டிமேளம்

சம்பளத்தினும் இருநூற்றைம்பது ரூபாய் அதிகம். எனவே, வளர்ச்சிப் பாதை என்பது இப்படித்தான் இருக்கும் என்று எண்ணிக்கொண்டு சம்மதித்தேன்.

நாங்கள் பேசிக்கொண்டிருந்தபோது இயக்குநர் பத்ரி அங்கே வந்தார். பின்னாளில் திரைப்பட இயக்குநராகவும் விளங்கியவர். இயக்குநர் சுந்தர். சியின் படங்களில் நீங்கள் எவ்வளவு முறை சிரித்திருப்பீர்களோ அதன் பெரும்பங்கு அவருடையதாக இருக்கும். நகைச்சுவை வசனங்களில் கைதேர்ந்தவர். ஆடுகிறான் கண்ணன் என்ற தொலைக்காட்சித் தொடர் அவருக்கு நல்ல பெயர் கொடுத்த ஒன்று.

சினி டைம்ஸின் அந்தப் புதிய தொடரை அவர்தான் இயக்குகிறார் என்று சொல்லி, மோகன் அவரை எனக்கு அறிமுகம் செய்து வைத்தார். அவர் ஏதோ திருமணத்துக்கோ, கோயிலுக்கோ சென்றுவிட்டு நேராக வந்திருக்க வேண்டும். தரையில் புரளும் பட்டு வேட்டியும் வட்டக் கழுத்து ஜிப்பாவும் அணிந்திருந்தார். நெற்றி நிறைய சந்தன குங்குமப் பொட்டு நிறைந்திருந்தது. கைகுலுக்கி, நல்வரவு சொன்னார். நான் எழுதுவது உறுதி என்பதைத் தெரிந்துகொண்டதும், இப்ப கதை கேக்கறிங்களா? என்று கேட்டார்.

சரி என்றேன்.

அவரது காரில் என்னை ஏற்றிக்கொண்டு புறப்பட்டார். கெட்டி மேளம் அலுவலகத்தில் கதை விவாத அறை என்ற ஒன்று தனியே இருந்தது போல, இந்தத் தொடருக்கும் எங்காவது ஓர் அறை ஏற்பாடு செய்யப்பட்டிருக்கும் என்று நினைத்தேன்.

ஆனால் பத்ரி என்னை அவரது வீட்டுக்கு அழைத்துச் சென்றார். அஞ்சு நிமிஷம் இருங்க என்று சொல்லிவிட்டுப் பட்டு வேட்டி, ஜிப்பாவைக் களைந்து, ஜீன்ஸ் பேண்ட்டும் வழக்கமாக அணியும் சட்டையும் அணிந்துகொண்டு, கிளம்பலாம் என்று சொன்னார்.

போரூரில் உள்ள ‘லெ மிக்கல்’ என்கிற உயர்தட்டு ஓய்வு விடுதிக்குச் சென்றோம். அது எனக்கு முற்றிலும் புதிய அனுபவம். அம்மாதிரி ஓர் இடத்துக்கு அதற்கு முன்னர் நான் சென்றதில்லை. பரந்த புல்வெளியும் வரிசையாக நடப்பட்ட மூங்கில் குடைகளும் ஒவ்வொரு குடை நிழலுக்கும் ஒரு மேசை நாற்காலியும் போடப்பட்டிருந்தது. நீல நிறத்தில் மிக நீண்ட நீச்சல் குளம் ஒன்று எதிரே இருந்தது. பத்ரி அங்கே அடிக்கடிச் செல்பவர் என்று தெரிந்துகொண்டேன். சிப்பந்திகள் அவரைக் கண்டதுமே ஓடி வந்து வணக்கம் சொன்னார்கள்.

என்ன சாப்பிடுகிறீர்கள் என்று கேட்டார். காலை வீட்டில் சாப்பிட்டுவிட்டுத்தான் கிளம்பியிருந்தேன் என்பதால் பதினொன்றரை மணிக்கு எனக்குப் பசியில்லை. எனவே குளிர்பானம் மட்டும் அருந்தலாம் என்று நினைத்தேன். அதை வெயிட்டரிடம் சொல்லி அனுப்பிய மறு கணமே பத்ரி கதை சொல்லத் தொடங்கினார்.

சுமார் ஒரு மணி நேரத்தில் மூச்சு விடாமல் பத்து எபிசோடுகளைக் காட்சி வாரியாக விவரித்துவிட்டு, மிச்சக் கதையைச் சுருக்கமாகச் சில வரிகளில் சொன்னார். இன்றைக்கு வரை எவ்வளவோ பேரிடம் கதை கேட்டிருக்கிறேன். நானும் எவ்வளவோ பேரிடம் கதை சொல்லியிருக்கிறேன். ஆனால் பத்ரியைப் போன்ற ஒரு தொழில்முறை நேர்த்தி கூடிய கதை சொல்லியைச் சந்தித்ததில்லை. சுமாரான கதையைக் கூட அவர் சொல்லும் விதத்தில் மிகச் சிறந்ததாக உணரச் செய்துவிடுவார். அது ஒரு திறமை. மிகச் சிலருக்கு மட்டும்தான் வரும்.

அன்றைக்கு இயக்குநர் பத்ரி சொன்ன கதையை ரெக்கார்ட் செய்துகொண்டு வீட்டுக்குப் புறப்பட்டேன். பத்து எபிசோடுகளைப் பத்து நாள்களில் எழுதி அனுப்பிவிடுவதாகச் சொன்னேன்.

அன்று முதல் தூங்கும் நேரம் இன்னும் குறைந்தது. கெட்டிமேளம் படப்பிடிப்புக்கு உரிய காட்சிகளை எழுதி அனுப்பிவிட்டு, அந்தப் புதிய தொடருக்கு (பிறகு அதற்கு 'மலர்கள்' என்று தலைப்பிடப்பட்டு, ஒளிபரப்பானது.) எழுத ஆரம்பிப்பேன். அதிகாலை ஐந்து மணி வரை எழுதிவிட்டு இரண்டு மணி நேரம் தூங்குவேன். எழுந்து குளித்துவிட்டுப் பதிப்பகப் பணிக்கு ஓடுவேன்.

பத்து நாள்கள்தாம். சொன்னபடி பத்து எபிசோடுகளுக்கு வசனம் எழுதிக் கொடுத்துவிட்டேன். இயக்குநர் மேலும் பத்து எபிசோடுகளை அவரே பேசி, ரெக்கார்ட் செய்து வைத்திருந்தார். அதிலும் ஐந்து எபிசோடுகளுக்கு எழுதிக் கொடுத்திருந்தேன்.

மலர்கள் தொடரின் படப்பிடிப்பு எப்போது தொடங்கியது என்று எனக்குத் தெரியாது. மீண்டும் இயக்குநர் அழைக்கும்போது போகலாம் என்று நினைத்துக்கொண்டு, கெட்டிமேளத்தில் கவனம் செலுத்திக்கொண்டிருந்தேன்.

திடீரென்று ஒருநாள் திங்கள் முதல் மலர்கள் என்று விளம்பரம் வெளியாகத் தொடங்கியது. நண்பர்கள், தெரிந்தவர்கள், உறவினர்களுக்கெல்லாம் தகவல் சொல்லி, மறக்காமல் பார்க்கச் சொன்னேன்.

ஆரம்பமானது. முகப்புப் பாடல் கேட்டதுமே சுண்டி இழுக்கத்தக்கதாக இருந்தது. பாடல் ஓடும்போது கலைஞர்கள், தொழில்நுட்பக் கலைஞர்களின் பெயர்கள் வரிசையாக வந்தன. என் வீட்டில் அப்பா, அம்மா, என் மனைவி, தம்பிகள் அனைவருமே என்னோடு அமர்ந்து பார்த்துக்கொண்டிருந்தார்கள். ஒளிப்பதிவாளர் பெயரை அடுத்து வசனகர்த்தாவின் பெயர் வந்தது. என்னுடையதல்ல. வேறொருவருடைய பெயர்.

அன்று அடைந்த ஏமாற்றம் சிறிதல்ல. என் வீட்டாருக்குக் காட்டிக்கொள்ள முடியாத சங்கடம்.

என்னவோ நடந்திருக்கிறது. ஆனால் என்னவென்றுதான் தெரியவில்லை. இயக்குநர் என்னிடம் மிகுந்த நட்புணர்வுடன் தான் பழகினார். எழுதி அனுப்பிய வசனங்களில் குறையேதும் சொல்லவில்லை. அப்படி இருந்தும் பெயர் இடம் பெறாதது ஏனென்று புரியவில்லை.

ஆனால் ஒரு வினோதம் என்னவென்றால், டைட்டிலில் என் பெயர்தான் இல்லையே தவிர, நான் எழுதிய வசனங்களைத்தான் கலைஞர்கள் பேசி நடித்திருந்தார்கள்.

இயக்குநரிடம் இதனை எப்படிக் கேட்பது என்று யோசித்துக்கொண்டிருந்தபோது ஒரு தகவல் வந்தது. முகூர்த்தம் தொடரின் இயக்குநர் முத்துச்செல்வனை மாற்றிவிட்டதாகவும் கங்கா என்பவர் இனி இயக்குவார் என்றும் அறிந்தேன். எதிர்பாராமல் கிடைத்த இரண்டு வாய்ப்புகளும் இவ்வாறாக இல்லாமல் போயின.

4. எதுவும் நடக்கும்

சேத்துப்பட்டு தாசப்பிரகாஷ் ஓட்டலுக்கு எதிர்ப்புறம் செல்லும் போக்குவரத்து நெரிசல் அதிகம் உள்ள சாலைகளுள் ஒன்று புரசைவாக்கத்துக்குச் செல்லும். அந்தச் சாலையில் புராதனமானதொரு கட்டடத்தின் மாடியில் சினி டைம்ஸ் அலுவலகம் இருந்தது. பெயர்ப்பலகை எல்லாம் கிடையாது. குத்துமதிப்பாக இடத்தைக் கண்டறிந்துதான் போக வேண்டும்.

மிக நிச்சயமாக ஒரு சினிமா கம்பெனி அப்படி இருக்காது என்று சினிமாவைக் குறித்து அறியாதவர்கள்கூடச் சொல்லிவிட முடியும். ஓர் அரசு அலுவலகத்தின் உட்புறத் தோற்றத்தை அப்படியே நகலெடுத்தது போல இருந்தது அந்த கம்பெனி. வரவேற்பறை சோபாவில் உட்கார்ந்ததுமே கிடுகிடுவென எங்கோ ஏதோ ஆடியது. என்னவென்று ஆராயலாம் என்று பார்த்தால் அங்கே விளக்கு வெளிச்சம் இல்லை. ஒரு பாதுகாப்புக்காக எழுந்து நின்றுகொண்டேன்.

மங்கிய மஞ்சள் நிறச் சுவர்களின் ஓரமெல்லாம் பெரிய பெரிய கோப்புகளை அடுக்கியிருந்தார்கள். எல்லா மேசைகளுக்கும் அடியில் இருந்த குப்பைத் தொட்டிகள் பெரும்பாலும் கசங்கிய காகிதங்களால் நிரம்பியிருந்தன. சில ஊழியர்கள் ஒயர் கூடைகளில்

மதிய உணவு கொண்டு வந்திருந்தார்கள். மேசைகளில் புராதனமான கம்ப்யூட்டர்களின் அருகே அந்தக் கூடைகள் இருந்தன. அந்த அலுவலகத்தில் ஏசி வசதி செய்யப்பட்டிருந்தது என்றாலும் அது நிறுத்தப்பட்டு, ஆங்காங்கே மின்விசிறிகளே சுற்றிக்கொண்டிருந்தன. அங்கே வேலை பார்த்தவர்கள்கூட அரசு ஊழியர்கள் போலவே தோற்றமளித்தது என் பிரமையாக இருக்கலாம். எல்லோரும் அவரவர் இருக்கையில் இருந்தார்கள். எல்லோரும் தலைகுனிந்து ஏதோ செய்துகொண்டிருந்தார்கள். எல்லோரும் எதற்காகவோ சட்டென்று எழுந்து எங்கோ போனார்கள். வந்தார்கள். யாரும் யாருடனும் பேசவில்லை. அவர்கள் இந்த உலகில் மனிதர்களாகப் பிறந்தவர்கள் பேசுவதற்கு உள்ள அனைத்தையும் பேசி முடித்துவிட்டவர்கள் என்று தோன்றியது.

ஷெரிஃப் என்ற மேனேஜர் வந்து தன்னை அறிமுகம் செய்துகொண்டு, என்னைத் தயாரிப்பாளர் சித்திக்கின் அறைக்குக் கொண்டு சேர்த்தார்.

அவரும்கூட ஒரு சினிமா தயாரிப்பாளரைப் போல இருக்கவில்லை. ஆனால் அரசாங்க அதிகாரி போலவும் இல்லை. உயர்தரமான பிராண்டட் முழுக்கைச் சட்டை பேண்ட் அணிந்து டக்-இன் செய்திருந்தார். அவரது ஷூக்கள் நிச்சயமாக இருபது இருபத்தையாயிரம் ரூபாய் விலை கொண்டதாக இருக்கும் என்று தோன்றியது. அவர் கட்டியிருந்த கைக்கடிகாரத்தைத்தான் உலகின் தலைசிறந்த பிராண்ட் என்று சொல்வார்கள். எப்படி யோசித்துப் பார்த்தாலும், அந்த அலுவலகத்தின் தோற்றத்துக்கும் அவரது தோற்றத்துக்கும் எந்தப் பொருத்தமும் புலப்படவில்லை.

சித்திக் மிகவும் அன்பான மனிதராக இருந்தார். எழுந்து வரவேற்று, கைகுலுக்கி அமரச் சொல்லிவிட்டுத் தொலைபேசியில் யாரையோ அழைத்தார். அழைத்தாரே

தவிர எதுவும் பேசவில்லை. போனை வைத்துவிட்டார். அந்த அழைப்பிலேயே எதிர்ப்புறம் இருப்பவருக்கு எல்லாம் புரிந்துவிடும் என்று நினைத்துக்கொண்டேன்.

சிறிது நேரம் பொதுவாகப் பேசிக்கொண்டிருந்தார். முன்னர் தொலைபேசியில் என்னுடன் பேசும்போது சொன்னவற்றை மீண்டும் சொன்னார். கெட்டிமேளம் வசனங்கள் நன்றாக இருந்ததை நினைவுகூர்ந்து, அவர் தயாரிக்கவிருக்கும் புதிய தொடர் ஒன்றனுக்கு எழுதும்படிச் சொன்னார்.

எனக்கு 'மலர்கள்' அனுபவம் மறந்திருக்கவில்லை. கிட்டத்தட்ட ஒரு மாதத்துக்கான அனைத்து எபிசோடுகளையும் எழுதிக் கொடுத்து அவை பயன்படுத்தப்பட்டும் இன்னொருவருக்குப் பெயரும் சம்பளமும் போய்ச் சேர்ந்ததை அப்போது சொல்வதா வேண்டாமா என்று குழப்பமாக இருந்தது. அவரே அந்தப் பேச்சை எடுக்கச் சிறிது அவகாசம் தரலாம் என்று நானும் அவரைப் போலப் பொதுவாகவே பேசிக்கொண்டிருந்தேன். ஆனால் அரை மணி நேரமான பின்பும் அவர் மலர்களைக் குறித்து ஒரு வார்த்தைகூடப் பேசவில்லை. நடுவே முந்திரி பக்கோடாவும் அல்வாவும் வந்தன. காப்பி வந்தது. அங்கே உள்ள ராஜ்பவன் என்கிற உணவகத்தின் சிறப்புகளை அவர் எனக்கு விளக்கிச் சொல்லிவிட்டு, மேற்படி பக்கோடா, அல்வா மற்றும் காப்பி அங்கிருந்து வாங்கி வந்தவைதான் என்று சொன்னார். அவை நன்றாக இருப்பதாகச் சொல்லிவிட்டு, மலர்களில் என்ன நடந்தது என்று கேட்டேன்.

அவரது பதில் எனக்கு மிகுந்த குழப்பத்தைத் தந்தது. ஏதோ சொந்தக் காரணங்களால் நான் எழுத முடியாமல் போய்விட்டதாக அவரிடம் சொல்லப்பட்டிருந்தது. அதனால்தான் வேறொருவரை ஒப்பந்தம் செய்ததாக அவர் சொன்னார். இப்போது உங்களுக்குப் பிரச்னை ஏதும் இல்லை அல்லவா? இந்த சீரியலுக்கு எழுதலாம் அல்லவா? என்று கேட்டார்.

எனக்கு என்ன சொல்வதென்று தெரியவில்லை. மலர்கள் தொடருக்கு நான் இருபது எபிசோடுகளுக்கு எழுதியதையும் அதுதான் ஒளிபரப்பானது என்பதையும் சொன்னேன். அப்படியா? என்று கேட்டுக்கொண்டார். எதனை, யார், யாருக்கு மறைத்து என்ன சொல்லியிருக்கிறார்கள் என்பதே புரியவில்லை. காரணமே சொல்லாமல் நான் நீக்கப்பட்டு வேறொருவர் எழுதிக்கொண்டிருக்கிறார் என்பதை மீண்டும் ஒருமுறை அழுத்தமாகச் சொன்னேன். அப்போதும் அவர் அப்படியா என்றுதான் கேட்டார். சரி, மலர்களை மறந்துவிடுங்கள். இந்தத் தொடரை எனக்கு இறுதிவரை இருந்து சிறப்பாக எழுதிக் கொடுங்கள் என்று சொன்னார்.

எல்லாமே புதிதாக இருந்தன. மலர்கள் இல்லாமல் போனது எப்படி இருந்ததோ, அதே போலத்தான் அதன் தயாரிப்பாளர் எதுவுமே நடக்காதது போல முத்தாரத்துக்கு எழுத அழைத்ததும். மலர்களுக்காக அவர் பேசிய அன்றே முகூர்த்தம் இயக்குநர் முத்துச் செல்வன் அழைத்ததைச் சொல்லி, அதன் பிறகு ஒன்றுமே நடக்கவில்லை என்பதையும் சொன்னேன். ஓ, முத்து கூப்ட்டாரா? இருக்கும். ஆனா இப்ப முகூர்த்தத்த கங்காதான் டைரக்ட் பண்றாரு என்றார்.

இந்தத் துறையில் இதெல்லாம் ஒன்றுமேயில்லாத விஷயங்கள் போலிருக்கிறது என்று நினைத்துக்கொண்டேன்.

சிறிது நேரம் கழித்து சித்திக் என்னைப் பக்கத்து அறையில் சௌந்தர்ராஜன் என்பவரைப் போய்ப் பார்க்கச் சொல்லி அனுப்பி வைத்தார். அது ஒரு சினிமா கம்பெனி இல்லை என்ற எண்ணத்தை சௌந்தரின் தோற்றமும் எனக்கு மீண்டும் உறுதிப்படுத்துவது போலிருந்தது. அவர் சுத்தமாக ஸ்கேலும் காம்ப்பஸும் வைத்து வரைந்தாற்போல வடகலைத் திருமண் தரித்திருந்தார். முழுக்கைச் சட்டையை பேண்ட்டுக்குள் டக்-இன் செய்து

ஒரு கார்ப்பரேட் அதிகாரி தோற்றம் காட்டினாலும் ஷூ இல்லாமல் செருப்பே அணிந்திருந்தார். என்னை வரவேற்று உட்காரச் சொல்லி, அதே பழைய இரண்டாயிரம் ரூபாய் சம்பளத்தை மீண்டும் சொன்னார். நானும் பழைய மலர்கள் கதையை மீண்டும் ஒருமுறை அவருக்குச் சொன்னேன். அவரும் தமது முதலாளியைப் போலவே, அப்படியா? என்று கேட்டுக்கொண்டார்.

நாளை காலை பதினொரு மணிக்கு வந்துவிடுங்கள். தேவிபாலா கதை சொல்ல வருகிறார் என்று சொன்னார். தொலைக்காட்சித் தொடர்களின் உலகில் தேவிபாலா ஒரு முடிசூடா மன்னனாக வலம் வந்துகொண்டிருந்தார். பெண்களுக்குப் பிடித்த எழுத்தாளராக, மாத நாவலாசிரியராக அவரை எனக்குத் தெரியும். ஆனால், நேர்ப் பரிச்சயம் இல்லை. தவிர நான் பணியாற்றிய எட்டாண்டுக் காலத்தில் அவர் கல்கியில் எப்போதுமே எழுதியதில்லை என்பதால் அந்த வகையிலும் அறிமுகமாக வழியில்லாமல் போய்விட்டது. ஆனால் அவருக்கு, கல்கியில் இருந்தவன் என்ற முறையில் என்னைத் தெரிந்திருந்தது.

தெரியாமல் இருந்தது ஒன்றுதான். அந்தத் தொடரை இயக்கப் போவது யார்? சித்திக் அதைச் சொல்லவில்லை. சௌந்தர்ராஜனும் அதைப் பற்றிப் பெரிதாகப் பேசவில்லை. கதாசிரியரான தேவிபாலாவுக்குத் தெரிந்திருக்கும் என்று தோன்றியது. ஆனால் அவரும் அது குறித்து ஏதும் சொல்லவில்லை. இதுவும் அங்கே எனக்குப் புதிதாக இருந்தது. எது முக்கியமோ, அது குறித்துப் பேசாமலேயே இருப்பது ஓர் உத்தியாகக் கடைப்பிடிக்கப்படுவது போலத் தோன்றியது.

மறுநாள் இரண்டாக மடித்த பேப்பர் கொத்தை ஒரு மஞ்சள் பையில் போட்டு எடுத்து வந்து தேவி பாலா கதை சொன்னார். கதையைவிட அவர் சொன்ன விதம் நன்றாக இருந்தது. பத்ரி கதை சொன்ன விதத்துக்கும்

தேவி பாலா கதை சொன்ன விதத்துக்கும் குறைந்தபட்சம் என்னால் நூறு வித்தியாசங்கள் சொல்ல முடியும். ஆனால் இருவருமே கவனம் நகராத விதத்தில் கேட்பவரைக் கட்டிப்போடும் வல்லமை கொண்டவர்களாக இருந்தார்கள். அன்றும் தயாரிப்பாளர் ராஜ்பவன் உணவகத்திலிருந்து முந்திரி பக்கோடாவும் அல்வாவும் காப்பியும் வாங்கித் தரத் தவறவில்லை.

முத்தாரம், சன் டிவிக்கு நான் முழுதாக எழுதிய முதல் நெடுந்தொடர். முதலில் அதை கணேஷ் என்ற இயக்குநர் இயக்கினார். அவர் தேவிபாலாவின் நெருங்கிய நண்பர் என்பதோ, இருவரும் இணைந்து ஏற்கெனவே பல தொடர்களுக்குப் பணியாற்றியவர்கள் என்பதோ எனக்குத் தெரியாது. எழுத்தாளருக்கும் இயக்குநருக்கும் ஒத்துப் போய்விட்டால் தொலைக்காட்சி நெடுந்தொடர்களில் பெரிய பிரச்னைகள் ஏதும் பெரும்பாலும் வராது.

முத்தாரமும் ஆரம்பத்தில் அப்படித்தான் இருந்தது. படப்பிடிப்பு நடந்து, ஒளிபரப்பு தொடங்கிய சில வாரங்கள் வரை பார்க்கிறவர்களெல்லாம் நன்றாக இருக்கிறது, பிரமாதமாக இருக்கிறது என்று சொல்லிக்கொண்டே இருந்தார்கள். இயக்குநர், திரைக்கதை ஆசிரியருக்கு அடுத்த இடத்தில் வருகிற வசனகர்த்தாவாகிய எனக்கே ஏராளமானோர் போன் செய்து பாராட்டினார்கள் என்றால் இயக்குநருக்கும் தேவி பாலாவுக்கும் எவ்வளவு பாராட்டு கிடைத்திருக்கும் என்று எண்ணிப் பார்த்தேன்.

எல்லாம் நன்றாக இருந்தது. எல்லோரும் மகிழ்ச்சியாகவே இருந்தார்கள். சேனல் தரப்பிலும் அனைவருக்கும் திருப்தி என்றே பேசிக்கொண்டார்கள். முதல் இருபது முப்பது எபிசோடுகள் வரை யாரும் யாரையும் எதற்கும் அழைக்கவில்லை. அவரவர் இடத்தில் இருந்துகொண்டு அவரவர் வேலையைப் பார்த்துக்கொண்டிருந்தோம். எல்லாம் சரியாகப் போவது போலவேதான் தோன்றியது.

திடீரென்று ஒருநாள் ரேட்டிங் குறைகிறது என்று தயாரிப்பாளர் போன் செய்தார். அதற்கு முன்னால் ரேட்டிங் என்பது பற்றி எனக்குத் தெரியுமே தவிர அதன் நுட்பமோ, அறிவியலோ தெரியாது. தயாரிப்பாளர் எனக்கு அந்த வாரத் தொடர்களின் ரேட்டிங் பட்டியலை அனுப்பிவைத்தார்.

முத்தாரம் மதிய நேரத்தில் ஒளிபரப்பாகிக்கொண்டிருந்த தொடர். அதற்குரிய ரேட்டிங் இருப்பதாகவே எனக்குத் தோன்றியது. ஆனால் அது குறைவு என்றும் அடுத்த ஸ்லாட் சீரியலின் ரேட்டிங்கைத் தொட வேண்டும் அல்லது தாண்டவேண்டும். அப்போதுதான் மாலை ஸ்லாட் கிடைக்கும் என்றும் அவர் சொன்னார். மதிய சீரியல்களுக்கும் மாலை சீரியல்களுக்கும் இடையிலுள்ள பொருளாதார வித்தியாசங்களைக் குறித்து அப்போதுதான் தெரிந்துகொண்டேன். முத்தாரத்தில் இன்னும் நிறைய விஷயங்களைத் தெரிந்துகொள்ள வேண்டியிருந்தது. பிரச்னை என்னவென்றால் எதுவுமே எழுதுவதற்குத் தொடர்பில்லாததாக மட்டுமே இருந்தது.

ஒரு நாள் தயாரிப்பாளர் இரவு பத்து மணிக்குமேல் போன் செய்தார். மறுநாள் நான் படப்பிடிப்புத் தளத்துக்கு வர முடியுமா என்று கேட்டார். வருகிறேன், ஆனால் என்னால் அங்கே எழுத முடியாது. எனக்கு என் வீட்டில், என் இருக்கையில் அமர்ந்தால் மட்டுமே எழுத வரும் என்று சொன்னேன்.

எழுதவேண்டிய அவசியம் இருக்காது, பில்டப் காட்சிதான் எடுக்கப்படவிருக்கிறது என்று அவர் சொன்னார். ஒப்புக்கொண்டு மறுநாள் படப்பிடிப்புக்குச் சென்றேன்.

அன்றைக்கு எடுக்கப்பட்டது ஒரு மருத்துவமனைக் காட்சி. விருகம்பாக்கத்தில் ரக்ஷித் என்ற மருத்துவமனையில் பேசி அதற்கு ஏற்பாடு செய்திருந்தார்கள். நான் சென்றபோது மிகவும் உணர்ச்சிமயமானதொரு காட்சி

படமாகிக்கொண்டிருந்தது. தயாரிப்பாளர் சித்திக்கே அந்தக் காட்சியை இயக்கிக்கொண்டிருந்தார்.

இது எனக்குத் திகைப்பாகவும் அதிர்ச்சியாகவும் இருந்தது. இயக்குநர் கணேஷ் அங்கே இருந்தார். அவரது உதவியாளர்களுடன் இணைந்து சித்திக் இயக்குவதற்கு அவர் உதவி செய்துகொண்டிருந்தார்.

அதை மிஸ்ஸிங் காட்சி என்பார்கள். அப்படியென்றால் ஒரு கதாபாத்திரம் இன்னொரு கதாபாத்திரத்தை இதோ பார்த்துவிடும், உடனே பூகம்பம் வெடித்துவிடும் என்று பில்டப் செய்துகொண்டே சென்று, இறுதியில் பார்க்காமல் போய்விடுவது. அடடா நடக்காமல் போய்விட்டதே என்று பார்வையாளர்கள் பரிதவிக்க வேண்டும் என்பது நோக்கம். இயக்குநராகியிருந்த தயாரிப்பாளர் சித்திக், விதவிதமான கோணங்களில் நொடிக்கொரு யோசனையை உற்பத்தி செய்து அளித்துக்கொண்டே இருந்தார். அந்த மருத்துவமனையின் நீள அகலங்களை நடந்து நடந்து அளந்து பார்த்து, எங்கே யார் நிற்க வேண்டும், எங்கிருந்து எங்கே நடக்க வேண்டும், எந்த இடத்தில் பில்டப் தொடங்க வேண்டும், எப்படி சந்தர்ப்பம் நழுவிச் செல்ல வேண்டும் என்று இயக்குநர் கணேஷுக்கு விளக்குவார். அவர் மகிழ்ச்சியுடன் அவற்றை உடனே ஆமோதிப்பார். உடனே சித்திக் நடிகர்களுக்குத் தமது யோசனையை விளக்கிப் படம் பிடிக்கப் போய்விடுவார்.

நான் இயக்குநரிடம், என்ன நடக்கிறது என்று கேட்டேன். இப்ப ஒண்ணும் இல்ல சார். இனிமே எதாவது நடக்கும் என்று சொன்னார்.

முத்தாரம் முதல் ஐம்பது எபிசோடுகளை கணேஷ் இயக்கினார். இப்போது யோசித்துப் பார்த்தாலும் அவரது பணி சரியாக இருந்ததாகவே எனக்குத் தோன்றுகிறது. ஆனால் என்ன காரணத்தாலோ அவர் மாற்றப்பட்டு, சுந்தர் கே. விஜயனைக் கொண்டு

வந்தார்கள். இதில் விசேடம் என்னவென்றால் கணேஷ், சுந்தர் கே விஜயனின் மாணவர். பொறுப்பைக் கைமாற்றும்போது இருவரும் அவ்வளவு அன்பாகவும் பண்பாகவும் பேசிக்கொண்டதைக் காண முடிந்தது. விடைபெறும்போது, உங்களுக்கு அதிர்ஷ்டம் சார். இவ்வளவு விரைவில் எங்கள் குருநாதருக்கு எழுத வாய்ப்புக் கிடைத்திருக்கிறது. எத்தனையோ எழுத்தாளர்கள் அவருக்கு எழுத ஆண்டுக் கணக்கில் காத்திருக்கிறார்கள் என்று கணேஷ் சொன்னார். அவருக்கு நன்றி சொல்வதா, ஆறுதல் சொல்வதா அல்லது ஒன்றும் சொல்லாமல் சும்மா இருப்பதா என்று குழப்பமாக இருந்தது. நான் எழுதாத இன்னொரு சீரியலில் ஒரு துணை நடிகனாக நிற்பது போல நினைத்துக்கொண்டேன்.

அப்போது சின்னத் திரை உலகில் சுந்தர் கே விஜயன் ஒரு நட்சத்திர இயக்குநர். பல வெற்றித் தொடர்களைத் தந்தவர். ஏராளமான புதிய நடிகைகளை அறிமுகம் செய்தவர். துறையில் உள்ள பெரும்பாலான இயக்குநர்கள் அவரது மாணவர்கள்தாம் என்று தயாரிப்பாளர் சித்திக் சொன்னார். அது உண்மை. சன் டிவியில் அப்போது ஒவ்வொரு நாளும் பதினெட்டு சீரியல்கள் ஒளிபரப்பாகிக்கொண்டிருந்தன. ஒரு கட்டத்தில் அவற்றில் ஆறு தொடர்களுக்கு நான் வசனம் எழுதினேன். வினோதம் என்னவென்றால் அந்த ஆறு தொடர்களின் இயக்குநர்களும் சுந்தர் கே விஜயனின் மாணவர்கள்.

சித்திக் அவரை எனக்கு அறிமுகம் செய்து வைத்தார். ஒல்லியாக, உயரமாக இருந்தார். நெற்றியில் சந்தனப் பிறை வரைந்து குங்குமம் வைத்திருந்தார். அவரது உடலைப் போல இன்னொரு உடலைச் சொருகிவிடலாம் என்று நினைக்கும்படியான அளவில் ஒரு முழுக்கை சட்டை அணிந்து, கையைச் சுருட்டி விட்டிருந்தார். சட்டையின் முதல் மூன்று பொத்தான்கள் போடப்படவில்லை என்பதால் அவர் அணிந்திருந்த துளசி மாலை, ஸ்படிக மணி மாலைகள் வெளியே

தெரிந்தன. அன்பாகச் சிரித்துப் பேசினார். மறு நாள் முதலே படப்பிடிப்பைத் தொடங்கிவிடலாம் என்று சொன்னார்.

சன் தொலைக்காட்சியில் முத்தாரம் எனக்கு முதல் நெடுந்தொடர். ஒரு முழு வாழ்க்கைக்கான அனுபவங்களும் அந்த ஒரு தொடரில் கிடைத்து முடிந்துவிட்டாற்போலத்தான் இருந்தது. ஆனாலும் அதை ரசித்துத்தான் செய்தேன். முத்தாரம் எழுதிக்கொண்டிருந்த நாள்களில் திடீரென்று ஒரு மதியப் பொழுதில் சினி டைம்ஸ் சௌந்தர்ராஜன் போன் செய்தார். அதே நிறுவனம் தயாரித்து, அப்போது ஒளிபரப்பாகிக்கொண்டிருந்த முந்தானை முடிச்சு தொடருக்கும் நான் எழுத வேண்டும் என்று தயாரிப்பாளர் விரும்புவதாகச் சொன்னார்.

முந்தானை முடிச்சு, புதிய தொடர் அல்ல. சினி டைம்ஸுக்கு நான் அறிமுகமாவதற்கு மூன்றாண்டுகளுக்கு முன்னதாக ஆரம்பிக்கப்பட்டு எழுநூறு எபிசோடுகளுக்கு மேலே ஏற்கெனவே ஒளிபரப்பாகிவிட்டிருந்தது. ஏதோ காரணத்தால் அதன் வசனகர்த்தாவை இப்போது மாற்ற நினைக்கிறார்கள் என்பது புரிந்தது. பாதியில் எழுதப் போவதா என்று தயங்கினேன்.

தயக்கங்களுக்கெல்லாம் அவசியமே இல்லை என்று கம்பெனியில் சொன்னார்கள். நான் புதிதாக எழுத வருவதால் அந்தத் தொடரில் எந்தப் புதிய பிரச்னையும் வந்துவிடாது என்று திரும்பத் திரும்பச் சொல்லி சம்மதிக்க வைத்தார்கள். இருந்தாலும், அந்நாள் வரை அதற்கு எழுதிக்கொண்டிருந்தவரை அறிமுகப்படுத்தி வைக்கச் சொல்லிக் கேட்டேன். அவரிடம் நேரடியாக ஒரு வார்த்தை பேசிவிட்டு ஆரம்பிக்கலாம் என்று நினைத்தேன். வாய்ப்புகளைவிட மனிதர்கள் முக்கியமல்லவா?

அந்த வசனகர்த்தாவை ஒருநாள் சந்தித்தேன். அவர் பெயர் நடராஜன். என்னிடம் அன்பாகப் பேசினார். சொந்தக் காரணங்களாலேயே அந்தத் தொடரில் இருந்து விலகுவதாகத் தெரிவித்துவிட்டு, எனக்கு வாழ்த்துச் சொல்லிவிட்டுப் போனார்.

முன்னர் மலர்கள் தொடரில் எனக்கு பதிலாக இடம்பெற்றிருந்தது அவரது பெயர்தான் என்பது பிறகு நினைவுக்கு வந்தது.

5. எடுத்துக் குவிப்பவர்

முத்தாரம் எனக்குப் பல நூதனமான அனுபவங்களைத் தந்த தொடர். பதினேழு வருடங்கள் நான் தொலைக்காட்சித் தொடர்களுக்கு எழுதிப் பெற்ற மொத்த அனுபவத்தினும் இது பெரிது, மாறுபட்டது.

முத்தாரத்துக்கு ஒப்பந்தமாகி படப்பிடிப்பு தொடங்க ஒன்றிரண்டு நாள்கள் இருந்தபோது ஒருநாள் சினி டைம்ஸ் அலுவலகத்தில் தயாரிப்பாளரைச் சந்தித்தேன். அன்று இயக்குநர் கணேஷ், கதாசிரியர் தேவிபாலா உள்பட அந்தத் தொடரில் பங்குபெற்ற வேறு சில தொழில்நுட்பக் கலைஞர்களும் அலுவலகத்துக்கு வந்திருந்தார்கள். கதை விவாதம் இல்லை. வேறு எந்தக் குறிப்பிட்ட காரணமும் இல்லை. மரியாதை நிமித்தமான சந்திப்பு என்றுகூடச் சொல்ல முடியாது. எல்லாம் தயார்; படப்பிடிப்புக்குச் செல்ல அனைவருமே ஆயத்தமாக இருக்கிறார்கள் என்பதை ஒருவருக்கொருவர் தெரியப்படுத்திக்கொள்வதற்காகச் சந்தித்தோம் என்று வேண்டுமானால் சொல்லலாம்.

தயாரிப்பாளர் சித்திக் அன்றைக்கு மிகுந்த மகிழ்ச்சியுடன் காணப்பட்டார். அனைவருக்கும் முந்திரி பக்கோடாவும் அல்வாவும் காப்பியும் வாங்கிக் கொடுத்தார். அவர் மகிழ்ச்சியாக இல்லாத நாள்களிலும் முந்திரி

பக்கோடா வாங்கித் தருவார் என்றாலும் அன்றைக்கு வழக்கத்தினும் கூடுதலான உற்சாகத்துடன் இருந்ததாகத் தோன்றியது. பிறகு, ஷெரீஃப் காரணத்தைச் சொன்னார். கம்பெனி கேட்டிருந்த தேதிகளில் எந்தத் திருத்தமும் இன்றி கதாநாயகி தேவயானி நடிக்க வர ஒப்புக்கொண்டுவிட்டார். எவ்வளவு பெரிய நடிகை! அகங்காரமே இல்லாமல் எளிமையாகப் பழகுகிறார். ஒரு தயாரிப்பாளர் மகிழ்ச்சி கொள்ள இதைவிடப் பெரிய காரணம் உடனடியாகக் கிடைத்துவிடாது.

தேவயானி தொலைக்காட்சித் தொடர்களில் நடிக்க வந்து சில ஆண்டுகள் ஆகியிருந்தன. அவரது நடிப்பில் வெளியான கோலங்கள் தொடர் பெரிய வெற்றி கண்டிருந்தது. சினிமாவிலிருந்து பல நடிகைகள் தொலைக்காட்சிக்கு வந்திருந்தார்கள் என்றாலும் அன்றைய தேதியில் ராதிகா மட்டும்தான் நட்சத்திர அந்தஸ்துடன் பார்க்கப்பட்டார். அதனாலேயே தேவயானியின் முதல் தொடர் வெற்றி அவரை ராதிகாவின் போட்டியாளராக நினைக்கச் செய்தது. மிகச் சரியாக அவரை நமது தொடருக்கு அழைத்து வந்துவிட்டோம் என்று சொல்லி, சித்திக் மகிழ்ச்சியடைந்தார்.

எனக்கு இது புரியவில்லை. சினிமாவில் இருந்தவர்கள் என்பது தவிர, ராதிகாவுக்கும் தேவயானிக்கும் வேறு பொருத்தங்கள் கிடையாது. ராதிகா, தொடக்கம் முதலே தனித்துவமான நடிப்புக்காகப் பாராட்டப்பட்டவர். தேவயானி ஒரு குடும்பப் பாங்கான கதாநாயகியாக இருந்தவர். மற்றவர்களைப் போல அவர் கவர்ச்சியாக அதிகம் நடித்ததில்லை என்பதை ஒரு சிறப்பாகக் குறிப்பிடலாம் என்றாலும் தனது நடிப்புத் திறமையினால் ஒரு திரைப்படத்தைத் தூக்கி நிறுத்தினார் என்று சொல்லிவிட முடியாது.

சரி, தயாரிப்பாளர் மகிழ்ச்சியாக இருக்கிறார். இருந்துவிட்டுப் போகட்டும் என்று எண்ணிக்கொண்டேன்.

தேவயானிக்குக் கதை சொல்லப் போனபோது அவர் எவ்வளவு அக்கறையுடன் கவனித்துக் கேட்டார் என்பது குறித்தும், கதையின் முக்கியமான கட்டங்களை விவரித்தபோது எப்படியெல்லாம் பரவசப்பட்டார் என்பது குறித்தும் தேவிபாலா விவரித்துச் சொன்னார்.

தொலைக்காட்சித் தொடர்களுக்கு நான் வசனம் மட்டுமே எழுதியிருக்கிறேன். சிலவற்றுக்குக் கதை, வசனம். ஆனால் திரைக்கதைகள் வெகு சொற்பம். ஒன்றிரண்டு என்றுதான் சொல்ல வேண்டும், விரல் விட்டு எண்ணினால் நான்கைந்து முறை என்று சொல்லலாம். அவை எதுவும் முழுமையானதல்ல. ஒன்று, பாதியில் தொடங்கி முடித்திருப்பேன். அல்லது முதலில் தொடங்கி, பாதியில் விட்டிருப்பேன். அவ்வளவுதான். இதற்குப் பல காரணங்கள் உண்டு. திரைக்கதை எழுதும் பொறுப்பைப் பெரும்பாலும் தவிர்த்துவிடுவேன் என்பதால் நடிகைகளுக்குக் கதை சொல்லும் பணி என்ற ஒன்று எனக்கு வந்ததில்லை.

ஆனால், இந்தக் கதை சொல்வது சார்ந்து தொடக்கம் முதலே எனக்கு ஒரு கருத்து இருந்தது. கதை கேட்டு, அது பிடித்துப் போய் நடிக்க ஒப்புக்கொண்டதாக யாராவது சொன்னால் எனக்கு நம்புவதற்கு சிரமமாக இருக்கும். திரைப்படம் வேறு. அங்குள்ள ஒழுங்கு முறைகள் வேறு. தொலைக்காட்சித் தொடர்களைப் பொறுத்த அளவில், குறிப்பாக நடிக நடிகையருக்கு அந்தந்த மாதத்தில் குறிப்பிட்ட தொடரில் நடிப்பதற்கு நாள் ஒதுக்க முடியுமா என்பது மட்டும்தான் உடனடிப் பிரச்னை.

அதாவது, படப்பிடிப்பு தொடங்கவிருக்கும் மாதத்தில் மொத்தமாக சுமார் பத்து நாள்கள் தயாரிப்பு நிறுவனம் அணுகும் ஒரு நடிகையால் தந்துவிட முடியுமானால் அந்தத் தொடரில் அவர் இடம்பெற்றுவிடுவது உறுதி. அந்த மாதம் இல்லை; அடுத்த மாதத்திலிருந்து முடியும்

என்றாலும் அந்தத் தொடரில் அவர் இல்லை. மற்றபடி ஐந்நூறு, ஆயிரம் எபிசோடுகள் செல்லவிருக்கும் ஒரு தொடரின் கதையைக் கேட்டு, உள்வாங்கி, உணர்ந்து, ரசித்து, லயித்து அதில் நடிக்க ஒப்புக்கொள்ள நானறிந்து யாரும் இருந்ததில்லை. கதை இதுதான் என்று குத்துமதிப்பாகப் பத்து நிமிடங்களுக்குச் சொல்ல முடியும். ஆனால் சொன்னது போலத்தான் காட்சிகள் அமையும் என்று சொல்ல முடியாது. ஆரம்பித்த மூன்றே வாரங்களில் தலைகீழாக மாற்றப்பட்ட கதைகள் உண்டு. ஆனால், தனது மிகச் சிறந்த நடிப்பை மட்டும் தேவயானி வழங்கிவிட்டால் தொடர் வெற்றி பெறுவது உறுதி என்று எல்லோருமே ஒரு முடிவுக்கு வந்துவிட்டாற்போலத் தெரிந்தது.

அவர் அதற்காகப் பாடுபட்டுப் பெருமுயற்சி செய்தார் என்பதில் சந்தேகமில்லை. அந்தத் தொடரில் சத்யப்பிரியா என்ற இன்னொரு மூத்த நடிகையும் இருந்தார். தேவயானியைப் பிடிக்காத மாமியாராக அவர் அதில் நடித்திருந்தார். மருமகளைப் பிடிக்காத மாமியார். மாமியாருக்குப் பிடிக்காவிட்டாலும் குடும்ப ஒற்றுமையைக் கட்டிக் காப்பாற்றப் பாடுபடும் தேவயானி. இருவரும் போட்டி போட்டுக்கொண்டு முடிந்தவரை நன்றாகவே நடித்தார்கள். ஆனாலும் ஆரம்பித்த சில வாரங்களில் ரேட்டிங் இல்லை என்று பேசத் தொடங்கினார்கள். கூடவே, திரைக்கதை மாற்றப்பட வேண்டும், இயக்கம் நவீனமாக்கப்பட வேண்டும் என்று சிலவற்றையும் சொன்னார்கள்.

தொலைக்காட்சித் தொடர்களின் கதையைப் பொறுத்தவரை இரண்டு பிரிவுகள் மட்டுமே உண்டு. முதலாவது, இயல்பான கதை. இன்னொன்று, செயற்கையான கதை. இரண்டிலுமே வெற்றி கண்ட தொடர்கள் உண்டு. தோல்வியுற்றவையும் உண்டு. ஆனால் வெற்றியும் தோல்வியும் கதை சார்ந்ததல்ல. அதற்கு அமைக்கப்படும் திரைக்கதை சார்ந்தது.

இயல்பான கதைக்குத் திரைக்கதை இயல்பாக அமையுமானால் கூடுமானவரை தோல்வியைத் தவிர்க்கலாம். சாதாரணமானதொரு நடுத்தரக் குடும்பத்தில் நடக்கும் கதையில் கடத்தல், போலிஸ், கொலை, கொள்ளையெல்லாம் வருமானால் அது செயற்கையான திரைக்கதை. அப்படி இருந்துவிட்டால் மக்களுக்குப் பிடிக்காமல் போய்விடும்.

ஆனால் கடத்தல், கொலை, கொள்ளை எல்லாமும் வெற்றி சூத்திரத்தின் அங்கங்கள்தாம். அதற்கேற்ற கதைப் பின்புலம் அவசியம். ஒரு பெரும் பணக்காரக் குடும்பத்துக் கதை. தொழிலதிபர்கள் கதை. இரு பகையாளிகளின் கதை என்று தொடக்கம் முதலே காட்டிவிட்டால், எவ்வளவு வேண்டுமானாலும் கொலை செய்யலாம்.

முத்தாரத்தின் பிரச்னையாக நான் கருதியது, அது ஒரு நடுத்தர வர்க்கக் குடும்பத்தின் கதையாக ஆரம்பித்து, பரபரப்புக்காகப் பொருந்தாத காட்சி அமைப்புகள் சேர்க்கப்பட்டதுதான். ஒரு எளிய குடும்பக் கதை, தொடங்கிய சில தினங்களிலேயே காட்சியில் போலிஸ் ஸ்டேஷன் வந்துவிடுமானால் சரியான திரைக்கதை அல்ல என்று புரிந்துகொள்ள வேண்டும். அதைப் போலவே, ஒரு பெரும் பணக்காரக் குடும்பத்தின் கதையில் முதல் வாரத்துக்குள்ளாகவே போலிஸ் ஸ்டேஷன் அல்லது நீதி மன்றம் வந்துவிட வேண்டும். அப்படி வராமல் போய்விட்டால் அந்தக் கதையும் பிறகு நொண்டத் தொடங்கிவிடும்.

தமிழ்நாட்டுப் பெண்கள் பெரும்பாலும் வீட்டு வேலைகள் செய்துகொண்டும் சமைத்துக்கொண்டும்தான் தொலைக்காட்சித் தொடர்களைப் பார்ப்பார்கள். அரிசி, பருப்பு, நறுக்கிய காய்கறிகள், உப்பு, புளி, மிளகாயை எடுத்து வைத்துக்கொண்டுதான் அவர்கள் சமைப்பது வழக்கம். அப்படிச் சமைக்கும்போது பார்க்கும்

தொடர்களும் அதே போன்ற அமைப்பில், அனைத்து சாத்தியங்களையும் முன்கூட்டியே தெரியப்படுத்திவிட வேண்டும். எந்த ஒரு கட்டத்திலும் திகைப்பூட்டக் கூடாது. அட, நான் நினைத்ததை அப்படியே சொல்லிவிட்டாரே என்று மட்டும் திகைக்கவைக்கலாம். அதற்குமேலே எதைச் செய்தாலும் சிக்கலுக்குள்ளாகும் வாய்ப்புகள் அதிகம் இருக்கும்.

முத்தாரத்தின் கதை பெரிய திகைப்புகளைத் தரக்கூடியதாக இல்லை. திரைக்கதையும் அந்தக் கதைக்கு ஏற்ற விதத்தில்தான் இருந்தது. ஆனாலும் ரேட்டிங் இல்லை. இது குறித்து எத்தனை விவாதங்கள் நடைபெற்றன, யார் யார் பங்குபெற்றார்கள் என்று எனக்குச் சரியாகத் தெரியாது. எதனாலோ அது ஐம்பது எபிசோடுகளைத் தொட்டபோது இயக்குநரை மாற்றிவிட்டார்கள். மேலும் சில எபிசோடுகளில் தேவிபாலாவையும் மாற்றினார்கள்.

புதிய இயக்குநராக சுந்தர் கே விஜயனும் புதிய திரைக்கதை ஆசிரியராக ராஜ் பிரபுவும் வந்து சேர்ந்தார்கள். இதுவும் பல முன் உதாரணங்களைக் கொண்ட வெற்றிக் கூட்டணிதான். எப்படி சுந்தர் கே விஜயன், ஓர் இயக்குநராகத் தொலைக்காட்சி உலகில் மிகவும் மூத்தவரோ அப்படித்தான் திரைக்கதை ஆசிரியர் ராஜ் பிரபுவும். திடுக்கிடும் திருப்பங்கள் உள்ள அதிவேக, அதிரடித் திரைக்கதைப் பாணி அவருடையது. குடும்பக் கதைகளுக்கும் குற்றக் கதைகளுக்கும் இடைப்பட்ட நூலிழை இடைவெளியில் தனது திரைக்கதையை அமைத்துவிடுவார். குடும்பங்களில் நடக்காத குற்றங்களா? எப்படியாவது தொடர் ஒரு கௌரவமான ரேட்டிங்கைப் பெற்றுவிட்டால் போதும் என்று தயாரிப்பாளர் சொன்னார்.

சுந்தர் கே விஜயன் இயக்குநரான பிறகு என்னுடைய எழுத்து முறை சிறிது ஆட்டம் காணத் தொடங்கியது.

எனக்கு என்றல்ல. எந்த வசனகர்த்தாவானாலும் அவருக்கு எழுதுவது சிரமமான பணி. ஏனென்றால் அவர் வசனங்களைப் படித்துப் பார்ப்பவரல்லர். படப்பிடிப்புக்கு முன்னரே படித்து, தேவைப்பட்டால் திருத்தங்கள் செய்து, ஷாட் பிரித்து வைத்துக்கொண்டு வேலையைத் தொடங்கும் இயக்குநரைத்தான் அதற்குமுன் நான் பார்த்திருந்தேன். எஸ்கேவி வேறு விதமானவராக இருந்தார்.

அவருக்கு ஒரு நாளில் குறைந்தது பத்து காட்சிகள் எடுத்தாக வேண்டும். மற்ற இயக்குநர்கள் அரை மணி நேரம் அல்லது நாற்பது நிமிட ஒளிபரப்புக்கான காட்சிகளை ஒரு நாளில் படம் பிடிப்பார்கள் என்றால் இவர் ஒரு மணி நேரத்துக்கும் மேற்பட்ட காட்சிகளை அநாயாசமாக எடுத்துக் கொடுத்துவிடுவார். துறையில் இது வேறு எந்த இயக்குநராலும் அன்று செய்ய முடியாத பெரும் சாதனையாகப் பார்க்கப்பட்டது. அதைத் திரும்பத் திரும்பப் பலபேர் சொன்னதன் விளைவாகப் பத்து காட்சிகள் எடுத்துக்கொண்டிருந்த மனிதர் பன்னிரண்டு, பதினைந்து என்று எண்ணிக்கையை அதிகரித்துக்கொண்டே செல்ல ஆசைப்பட்டார்.

மற்றவர்களைப் போல அல்லாமல் அவருக்கு அது சாத்தியமாகவும் இருந்ததன் காரணம், அவரது உதவியாளர்களும் அவரைப் போலவே வேகமாகச் செயல்படக் கூடியவர்களாக இருந்ததுதான். ஆனால் ஒவ்வொரு நாளும் பத்து முதல் பதினைந்து காட்சிகளுக்கு வசனம் எழுதுவது என்பது பைத்தியம் பிடிக்க வைக்கும் செயல். உண்மையில் சிறிது பயந்தேன். என்றாவது ஒருநாள் அன்றைய காட்சிகளை முழுக்க எழுதித் தர முடியாதபடி ஆகிவிடும் என்று ஒவ்வொரு நாளும் தோன்றியது. ஒரு குறைந்தபட்சத் தரத்தையாவது காப்பாற்ற வேண்டும் என்று நினைத்தேன். ஆனால் அந்த எண்ணிக்கை அதற்கு இடம் தர மறுத்தது. இயக்குநரிடமும் அவரது உதவியாளர்களிடமும்

ஷெட்யூல் டைரக்டர்களிடமும் இதனைப் பல முறை பல்வேறு விதமாகச் சொல்லிப் பார்த்தேன். பலனில்லை.

இதனிடையில் வேறொரு பிரச்னை, வந்த சுவடு தெரியாமல் உள்ளே வந்தது. அது நான் முற்றிலும் எதிர்பாராதது.

6. ஐயாயிரம் காரணங்கள்

முத்தாரம் தொடருக்கு ஒப்பந்தமான அதே நாளில் இன்னொரு தொடருக்கும் ஒப்பந்தமாகியிருந்தேன். அதன் பெயர் உதிரிப் பூக்கள். எனக்கு முதல் வாய்ப்பு அளித்த இயக்குநர் விக்கிரமாதித்தன் அதன் இயக்குநர். கெட்டிமேளத்தில் பணியாற்றிய அனைத்துத் தொழில்நுட்பக் கலைஞர்களும் அந்தத் தொடரில் இருந்தார்கள். ஹோம் மீடியா என்கிற (பிறகு ஹோம் மூவி மேக்கர்ஸ் என்று பெயர் மாற்றப்பட்டது.) நிறுவனத்தின் தயாரிப்பு அது.

தயாரிப்பாளர் சுஜாதா விஜயகுமாரிடம் கதாசிரியர் முத்துச்செல்வன் கதை சொல்லி, அது அவருக்குப் பிடித்துப் போன பிறகும் பல மாதங்கள் கதை பேசியபடி காத்திருக்க வேண்டியிருந்தது. அந்நிறுவனத்தின் வேறொரு தொடர் (மாதவி) அப்போது சன் டிவியில் ஒளிபரப்பாகிக்கொண்டிருந்தது. அது முடிந்தால்தான் இந்தப் புதிய தொடருக்கு இடம் கிடைக்கும். ஆனால் ஒரு நெடுந்தொடரை முடித்துக்கொள்ளச் சொல்லி, சானலில் எப்போது சொல்வார்கள் என்பது யாருக்கும் தெரியாது. அப்படிச் சொன்ன பிறகு தயாரிப்பாளர் பேசி ஒன்றிரண்டு மாதங்களுக்கு நீட்டித்துக்கொள்ள வசதி இருந்தது. அது அடுத்தத் தொடருக்கான ஆயத்தக் காலமாகக் கருதப்பட்டது.

மாதவி முடியப் போகிறது என்ற பேச்சு தொடங்கிக் கிட்டத்தட்ட பத்து மாத காலத்துக்கும் மேலே ஆகியிருந்தபடியால், என்றைக்குப் புதிய தொடருக்கு அனுமதி கிடைக்கும் என்ற வினாவுக்கு யாராலும் சரியான பதிலைச் சொல்ல முடியவில்லை. அல்லது பதில் சொல்லக்கூடிய இடத்தில் இருப்போரை அணுகி அது பற்றி விசாரிக்க முடியவில்லை.

தினமும் சாந்தோம் கடற்கரையை ஒட்டியிருந்த ஹோம் மீடியா அலுவலகத்துக்குச் செல்வதும், சிறிது நேரம் கதை பேசிக்கொண்டிருந்துவிட்டு, மதிய உணவுக்குப் பிறகு ஒவ்வொருவரும் தனித்தனியே புறப்பட்டுச் செல்வதுமாக நாள்கள் நகர்ந்துகொண்டிருந்தன. தயாரிப்பாளர் எப்போதும் அன்பாகப் பேசுவார். அனைவரையும் மிகவும் மரியாதையாகவே நடத்துவார். இதோ தொடங்கிவிடலாம் என்கிற நம்பிக்கையை என்றுமே அவர் தரத் தவறியதில்லை. பத்து மாதங்களுக்கும் மேலாக அந்த ஒரு சொல் நம்பிக்கையைக் கெட்டுப் போகாமல் வைத்திருக்க முடிந்தது ஒரு சாதனையே.

திடீரென்று ஒரு நாள் சேனலுக்குக் கதை சொல்லப் போகலாம் என்று தயாரிப்பாளர் சொன்னார். அன்றைக்குக் கதாசிரியர் முத்துச்செல்வனால் வர முடியாத சூழ்நிலை இருந்ததால் இயக்குநர் என்னையே கதை சொல்லச் சொன்னார். பத்து மாத காலத்துக்குப் பேசிக்கொண்டே இருந்த ஒரு கதையை எங்களுக்குக் காப்பி, டீ கொண்டு வந்து கொடுத்த ஹோம் மீடியா ஆபீஸ் பையன்கள்கூட அழகாகச் சொல்லிவிட முடியும். எனவே நானும் நன்றாகவே சொன்னேன். சன் டிவியின் மூத்த அதிகாரியான தூரன் அன்றைக்குக் கதை கேட்டார். சொல்லி முடித்ததும் நன்றாக இருப்பதாகப் பாராட்டினார். உடனே ஆரம்பித்துவிடுங்கள் என்று சொல்லிவிட்டு எழுந்து சென்றார்.

அவ்வளவுதான். ஒரு மாபெரும் காத்திருப்பு முடிவுக்கு வந்த மகிழ்ச்சியில் நாங்கள் அலுவலகத்துக்குத் திரும்பி

வந்தோம். மறுநாளே தயாரிப்பாளர் எங்களுக்கு அட்வான்ஸ் செக் கொடுத்தார். உடனடியாக நடிக நடிகையர் தேர்வு, படப்பிடிப்புக்கான வீடுகள் தேர்வு என்று வேலைகள் ஆரம்பமாயின.

ஆரம்பத்தில் எல்லாம் சரியாகத்தான் போய்க்கொண்டிருந்தது. இரண்டு இடங்களிலும் பிரச்னை வராமல் காட்சிகளை முதல் நாள் இரவுக்குள் எழுதி முடித்து அனுப்பிக்கொண்டிருந்தேன். முத்தாரத்தில் இயக்குநர் மாற்றப்பட்டு சுந்தர் கே. விஜயன் பொறுப்புக்கு வந்த பின்பு, முத்தாரம் காட்சிகள் அதிக நேரம் எடுத்துக்கொள்ள ஆரம்பித்தன. மூன்று நாள் படப்பிடிப்புக்குத் தேவைப்படக்கூடிய எண்ணிக்கையில் ஒவ்வொரு நாளும் காட்சிகளை எழுதி அனுப்ப வேண்டி இருந்தது. இது, உதிரிப்பூக்களுக்கென நான் ஒதுக்கிய நேரத்தை பாதித்தது.

எழுதுவதற்கு உதவியாளர்களை வைத்துக்கொள்ளும் வழக்கம் எனக்குக் கிடையாது. தவிர, வசனங்களைச் சொல்லி இன்னொருவரை எழுத வைப்பது, நாமே எழுதுவதினும் அதிக நேரம் பிடிக்கக் கூடிய செயல். இந்த இரண்டுக்கும் அப்பால் எனக்கு மட்டுமே உரிய வேறொரு பிரச்னையும் இருந்தது.

சீரியல் வசனங்களில் பொதுவாக எழுத்துப் பிழை, இலக்கணப் பிழைகளையெல்லாம் யாரும் பார்க்க மாட்டார்கள். அம்மாதிரியான பிழைகள் தாளில் இருந்தால்கூடக் கண்டுபிடிக்கும் அளவுக்குத் திறமை கொண்டோர் அங்கே கிடையாது. வசனம் சரியாக இருந்தால் போதும்.

ஆனால் எனக்கு ஒரு பிரதி உருவாகும்போதே ஒழுங்காக இருந்தாக வேண்டும். ஒழுங்கு என்பது பிழைகளற்று இருப்பதையும் உள்ளடக்கியது. கவனிக்காமல் ஒரே ஓர் ஒற்றுப்பிழையுடன் வசனத்தாள் சென்றுவிட்டாலும் சிறிது நேரம் அது உறுத்திக்கொண்டே இருக்கும்.

அதனால் எந்த பாதிப்பும் இருக்காது என்று நன்றாகத் தெரிந்திருந்தாலும் எனக்கு அது சகிக்க முடியாத உணர்வைத் தந்துகொண்டே இருக்கும். ஆகக் குறைந்தபட்சம், என் வசம் உள்ள பிரதியையாவது சரி செய்யாமல் அடுத்தக் காட்சிக்கு என்னால் செல்லவே முடியாது.

ஆனால் தொலைக்காட்சித் தொடர் உலகில் பிழையற்ற பிரதி என்ற ஒன்றுக்கு இடமில்லை. முறையாக மொழிப் பயிற்சி பெற்றவர்கள் அங்கே அநேகமாக யாரும் கிடையாது. சொல்லச் சொல்ல எழுதும் உதவியாளர்கள், பேல்பூரிக்கு மேலே கொத்துமல்லி அள்ளித் தூவுவது போலத் தம்மால் இயன்ற சகல விதமான மொழிப் பிழைகளையும் கொட்டிக் கிளறித்தான் எழுதித் தருவார்கள். அதைச் சரி செய்யும் நேரத்தில் என்னால் இரண்டு மூன்று முழுக் காட்சிகளையே எழுதிவிட முடியும் என்பதால் உதவியாளர் என்ற ஒரு வசதி குறித்துச் சிந்திக்கக் கூட முடிந்ததில்லை.

இதில் இன்னொரு வினோதமான சிக்கலும் சேர்ந்துகொண்டது. பிழையற்ற பிரதிகளைப் பார்க்கும்போது இயக்குநர்களுக்கு அதுதான் பெரும்பிழை போலத் தோற்றமளிக்கும். ஏதோ ஒன்று குறைகிறது என்று நினைப்பார்கள். புக் ரைட்டிங் மாதிரி வருது சார். கலோக்கியலா மாத்திக் குடுங்க என்பார்கள்.

இது தரக் கூடிய மனச்சோர்வு சிறிதல்ல. நான் செந்தமிழில் வசனம் எழுதுபவனல்லன். ஒவ்வொரு வசனத்தையும் உச்சரித்துப் பார்த்தபடியேதான் எப்போதும் எழுதுவேன். ஆனால் ஒற்று, சந்தி விவகாரங்கள் அதில் சரியாக உட்காரும். இயக்குநர்களுக்கோ, தேவையான இடத்தில் அதெல்லாம் இருந்துவிட்டால் அது புத்தக எழுத்து. உச்சரிப்புத் தமிழ் அல்ல.

இயக்குநர் விக்கிரமாதித்தனுக்கு என்னை நன்றாகத் தெரியும். பேச்சு மொழியே ஆனாலும் ஒற்றுப்பிழைகள்

இல்லாமல் எழுதுபவன் என்பது அவர் அறியாததல்ல. இருந்தாலும் கொஞ்சம் கலோக்கியலா மாத்திக் குடுங்க சார் என்று அடிக்கடி சொல்லத் தொடங்கினார். திடீர் திடீரென்று படப்பிடிப்புத் தளத்திலிருந்து போன் செய்து உடனே வரச் சொல்லுவார். போய்ப் பார்த்தால் அங்கே பெரிய வேலை இருக்காது. திரைக்கதை ஆசிரியரின் உதவியாளர் காட்சி விவரணையைப் பத்துப் பதினைந்து பக்கங்களுக்கு வசனமாகவே எழுதி அனுப்பியிருப்பார். குறிப்புகளே பதினைந்து பக்கங்களுக்கு வரும்போது வசனம் ஆறேழு பக்கங்களில் முடிந்துவிடுகிறதே என்று இயக்குநர் கவலைப்பட ஆரம்பித்தார். எழுதிய காட்சியை மீண்டும் எழுதச் சொல்லிக் கேட்பார்.

இது நீண்ட நாள் தொடர வாய்ப்பில்லை என்று தோன்றியது. ஏனெனில், என் எழுத்தின் தரமும் தகுதியும் எனக்கு மிக நன்றாகத் தெரியும். ஆயிரக் கணக்கான சுமாரான காட்சிகளை நான் எழுதியிருக்கிறேன். ஆனால் ஒரே ஒரு மோசமான காட்சியைக் கூடத் தந்ததில்லை. இரண்டு சீரியல்களுக்கு எழுதிக்கொண்டிருந்ததெல்லாம் எனக்கு ஒரு பொருட்டே இல்லை. ஒரே சமயத்தில் ஐந்து-ஆறு தொடர்களுக்குக் கூட எழுதியிருக்கிறேன். அப்போதும் என் தரத்தை விட்டுத் தந்ததில்லை.

எப்படியோ உதிரிப்பூக்கள் இயக்குநர், திரைக்கதை ஆசிரியரின் உதவியாளரே வசன கர்த்தாவாக இருந்தால் நன்றாக இருக்கும் என்று நினைத்துவிட்டார். அவர் நாளெல்லாம் இயக்குநரின் அருகிலேயே இருந்து, கேட்ட விதங்களிலெல்லாம் எழுதத் தயாராக இருந்ததும் காரணமாக இருக்கலாம்.

பெரிய வருத்தங்கள் இல்லை. ஆனால் எனக்கு முதல் வாய்ப்புத் தந்தவருடன் இரண்டாவது தொடரிலேயே முறித்துக்கொள்ள வேண்டியிருக்கிறதே என்ற எண்ணம் வரும்போதெல்லாம் சிறிது சங்கடமாகும். அதிக நாள் அது தொடரவில்லை. தயாரிப்பாளரிடம் சொல்லிவிட்டு, உதிரிப்பூக்களிலிருந்து விலகிக்கொண்டேன்.

தயாரிப்பாளர் சுஜாதாவுக்கு இதில் மிகுந்த வருத்தம். அவருக்கு நான் எழுதும் வசனங்கள் பிடிக்கும். பல வசனங்களை என்னிடமே சொல்லிச் சொல்லி ரசிப்பார். அவரது நிறுவனம் தயாரிக்கும் ஒரு தொடருக்காவது நான் முழுதாக எழுத வேண்டும் என்று மிகவும் விரும்பினார். ஏற்கெனவே சிவசக்தி என்றொரு தொடருக்கு என்னை அவர் எழுத அழைத்திருந்தார். அந்தத் தொடரிலும் நூறு, நூற்றைம்பது எபிசோடுகள் கடந்தபோது, தொடர முடியாமல் வெளியேறியிருந்தேன்.

ஒரு தொலைக்காட்சித் தொடரில் எழுத்தாளன் நீடித்துப் பணியாற்றாமல் இருக்க நானறிந்து, குறைந்தது ஐயாயிரம் காரணங்கள் உள்ளன. எல்லா துறைகளிலும், எல்லா தொழில்களிலும் உள்ள சிக்கல்தான் இது. இந்தத் துறையில் சிறிது தூக்கலாக இருக்கும்.

சிவசக்தி, உதிரிப் பூக்கள் இரண்டு தொடர்களிலுமே நான் நூறு எபிசோடுகளுக்கு மேலே பணியாற்ற முடியாமல் போய்விட்டது. தயாரிப்பாளர் எவ்வளவோ பேசிப் பார்த்தார். இயக்குநரிடம் நான் பேசவா என்று கேட்டார். வேண்டாம் என்று பணிவுடன் மறுத்துவிட்டேன். ஒரு தொடரின் வெற்றிக்கு யார் யார் தேவை, யார் தேவையில்லை என்பது இயக்குநரின் தேர்வாக இருந்தால் மட்டும்தான் தொடர் வெல்லும்.

அவரை சங்கடப்படுத்தாதீர்கள் என்று சொல்லிவிட்டு, அடுத்தத் தொடர் உங்களுக்கு இனி எப்போது எழுதுவேன் என்று தெரியாது. ஆனால் என்ன சிக்கல் வந்தாலும் முதல் நாள் முதல் இறுதிக் காட்சி எடுக்கப்படும் நாள் வரை அதில் நான் இருப்பேன். இதை என் வாக்குறுதியாக எடுத்துக்கொள்ளுங்கள் என்று சொல்லிவிட்டு வெளியேறினேன்.

7. பேயைக் கட்டி சோறு போடுதல்

வீட்டுக் காட்சிகள் நான்கு. சாலைக் காட்சிகள் மூன்று. ஒரு போலிஸ் ஸ்டேஷன் காட்சி. ஒரு சிறைச்சாலைக் காட்சி. பூங்காவில் நடக்கும் காதல் காட்சி ஒன்று. பல்பொருள் அங்காடியில் நான்கு காட்சிகள். வில்லன் குடோனில் ஒன்றிரண்டு காட்சிகள். இவற்றுள் பகல் காட்சிகள் ஏழெட்டு இருக்கும். மற்றவை இரவுக் காட்சிகளாக இருக்கும்.

ஒரு இயந்திர மனிதனால்கூட இத்தனை இடங்களுக்கு மாறி மாறி ஒரே நாளில் இவ்வளவு காட்சிகளைப் படம் பிடிக்க முடியாது. ஆனால் சுந்தர் கே. விஜயன் அதனைச் செய்வார்.

ஒரு நாள் கிழக்கு கடற்கரைச் சாலையில் கடலோரத்தில் உள்ள ஒரு வீட்டில் படப்பிடிப்பு நடந்துகொண்டிருந்தது. நிறைய இட வசதியுள்ள ஒரு வீடு இருந்தால் அவருக்குப் போதும். அதையே தேவைக்கேற்ப போலிஸ் ஸ்டேஷனாக, பூங்காவாக, பள்ளிக்கூடமாக, விமான நிலையமாக, தேவைப்படும் இன்ன பிற அனைத்து லொக்கேஷன்களாகவும் எளிதில் மாற்றிக்கொண்டுவிடுவார். தேர்ந்த இயக்குநர்களுக்கு அது எளிது.

அன்றைக்கும் நாலைந்து வெவ்வேறு லொக்கேஷன் படப்பிடிப்புதான் திட்டமிடப்பட்டிருந்தது. சுந்தர் கே விஜயன் அந்த வீட்டுக்குள்ளேயே அனைத்தையும் எடுத்து முடித்துவிட்டு ‘பேக் அப்’ சொல்லிவிட்டார். நடிக நடிகையர் காரில் ஏறிக் கிளம்பிவிட்டார்கள். இயக்குநரும் அவரது உதவியாளர்களும் ஒளிப்பதிவாளரும் ஒரு காரில் கிளம்பினார்கள். யூனிட் வேன் என்று சொல்லப்படும் ஜெனரேட்டர் வாகனமும் கிளம்பிச் சென்றுவிட்டது.

கிழக்குக் கடற்கரைச் சாலையில் பாதி தூரம் வந்துகொண்டிருந்தபோது ஷெட்யூல் டைரக்டருக்கும் தயாரிப்பு நிர்வாகிக்கும் திடீரென்று ஞாபகம் வந்திருக்கிறது. மறுநாள் ஒளிபரப்பாகவேண்டிய காட்சி ஒன்று இன்னும் எடுக்கப்படாமல் இருக்கிறது. எப்படியோ திட்டத்தில் அது விடுபட்டுப் போய்விட்டது.

இயக்குநரிடம் அதனைச் சொன்னதும், என்ன காட்சி என்று கேட்டிருக்கிறார்.

அது ஒரு சிறைச்சாலைக் காட்சி. கைதாகிச் சிறையில் இருக்கும் கதாநாயகனை, அவனது மனைவி வந்து சந்தித்துப் பேசுகிற காட்சி.

ஆனால் திரும்பவும் அந்த வீட்டுக்குப் போக முடியாது. போனாலும் யூனிட் இல்லை. அனைவரும் புறப்பட்டுப் போய்விட்டார்கள். என்ன செய்து அந்தக் காட்சியை எடுக்க முடியும்?

ஹீரோவும் ஹீரோயினும் மட்டும்தானே? போன் செய்து திரும்பி வரச் சொல்லுங்கள் என்று சொல்லியிருக்கிறார்.

ஆனால் எங்கே வரச் சொல்வது?

வண்டியை சாலையோரம் ஓரிடத்தில் நிறுத்திவிட்டு, இங்கேயே வந்துவிடட்டும் என்று சொன்னார்.

யாருக்கும் புரியவில்லை. சாலையோரம் எப்படி ஒரு சிறைக் காட்சியை எடுக்க முடியும்? அருகே ஒரு மறைவிடம்கூட இல்லை.

ஃபேன் இருக்கிறதா? என்று இயக்குநர் கேட்டிருக்கிறார்.

இருக்கு சார்.

கறுப்புத் துணி இருக்கிறதா?

இருக்கு சார்.

சரி, எடுத்துரலாம். வர சொல்லுங்க என்று சொல்லியிருக்கிறார்.

படப்பிடிப்பில் வியர்க்காமல் இருக்க வைக்கப்படும் பெரிய, ராட்சத மின்விசிறியை ப்ரொடக்‌ஷன் வண்டியில் இருந்து இறக்கி எடுத்து வந்து வைத்தார்கள். ஒரு கறுப்புத் துணி கொண்டு வந்து தரப்பட்டது. இதற்குள் ஹீரோவுக்கும் ஹீரோயினுக்கும் போன் செய்து திரும்பி வரச் சொல்லிவிட்டு என்னைக் கூப்பிட்டார்கள். சார், ஒரே ஒரு சீன். ரொம்ப அர்ஜெண்ட். இப்பவே வேணும்.

நான் எழுதி அனுப்புவதற்குள் கலைஞர்கள் அந்த இடத்துக்கு வந்து சேர்ந்துவிட்டார்கள். வசனம் சென்று சேர்ந்ததும் காட்சியை அவர்களுக்குச் சொல்லிக் கொடுத்து உதவியாளர்கள் தயார் செய்துவிட, சாலை ஓரமாக போக்குவரத்துக்கு இடைஞ்சல் இல்லாமல் முதலில் கதாநாயகியை நிற்க வைத்தார். மின்விசிறியின் முன்புறக் கம்பிச் சட்டகத்தைக் கழட்டச் சொல்லி ஓர் உதவியாளரை அதை முகத்துக்கு நேரே பிடித்துக்கொண்டு நிற்கச் சொல்லிவிட்டு, இன்னொரு உதவியாளரின் கையில் கறுப்புத் துணியைக் கொடுத்துக் கதாநாயகியின் பின்னால் சென்று விரித்துப் பிடித்து நிற்கச் சொன்னார்.

அவ்வளவுதான். கம்பிக்கு மறுபுறம் கதாநாயகி. கறுப்புத் திரைப் பின்னணி இருந்தால் வேறு எது குறித்தும் கவலையில்லை. பரபரவென அவர் பேசவேண்டியதைப் பேச வைத்து அனுப்பிவிட்டு, ஹீரோவை அதே போல, அதே இடத்தில் நிற்க வைத்து, படம் பிடித்து அவரையும் அனுப்பிவிட்டார்.

இருபது நிமிடங்களில் ஒரு காட்சி எடுக்கப்பட்டுவிட்டது. உணர்ச்சிமயமான சிறைச்சாலைக் காட்சி.

இந்தச் சம்பவம் நடந்து ஏழெட்டு நாள்களுக்குப் பிறகுதான் எனக்கு அன்று என்ன நடந்தது என்கிற விவரம் தெரிய வந்தது. மாலை ஐந்து மணிக்கு அழைத்து அவசரமாக ஒரு காட்சி வேண்டும் என்று கேட்ட உதவி இயக்குநரைத் திட்டி முடித்துவிட்டு எழுதி அனுப்பியதையே மறந்துவிட்டிருந்தேன். முத்தாரத்தில் இத்தகைய சம்பவங்கள் அநேகமாக தினமுமே ஏதோ ஒன்று இருக்கும் என்பதால் எதுவுமே திகைக்கச் செய்யாது. ஆனால் எழுத்து நேர்த்தி குன்றிவிடுமோ என்கிற கவலை மட்டும் அவ்வப்போது வரும். அது என்றைக்கு வருகிறதோ அன்று சரியான உறக்கம் இருக்காது. சிறிது பதற்றமாவேன். பிறகு சரியாகிவிடும்.

2011 ஆம் ஆண்டு ஆகஸ்டு மாதம் இனி வேலைக்கு என்று எங்கும் செல்வதில்லை என்று முடிவு செய்தேன். பத்திரிகை, பதிப்புத் துறைகளில் இருபத்தைந்து ஆண்டுகள் அப்போது வேலை பார்த்து முடித்திருந்தேன். போதும் என்று தோன்றியதற்குப் பல காரணங்கள் இருந்தன. ஆனால் வாழ்வதற்குப் பணம் வேண்டும் அல்லவா? தமிழ்ச் சூழலில் ஓர் எழுத்தாளன் நாவல் மட்டும் எழுதி வாழ்க்கை நடத்த முடியாது. வாழ்க்கை சரியாக ஓடாவிட்டால் நாவலல்ல; நான்கு வரிகூட ஒழுங்காக எழுத முடியாது. ஏழையாகவே வாழ்ந்து முடித்த எழுத்தாளர்கள், நண்பர்கள் உதவியால் மட்டுமே வாழ்ந்த எழுத்தாளர்கள், எழுத்துக்காகக் குடும்பத்தைத் தொலைத்தவர்கள் எனப் பலரைக் குறித்து அறிவேன். எழுத்துக்காக எல்லாம் இழந்த அவர்களை என்றும் வணங்கலாம். ஆனால் ஒரு நாளும் பின்பற்றக்கூடாது என்பது என் கொள்கை. குடும்பம் நடத்துவதற்குத் தேவையான பொருளாதாரம் சரியாக இருந்தால்தான் எழுத்தில் நான் செய்ய நினைத்தவற்றைத் தடையின்றிச் செய்ய முடியும் என்பதில் எனக்குச் சந்தேகம்

இருக்கவில்லை. அதனால்தான் வேலைக்குப் போக வேண்டாம் என்ற முடிவெடுத்தபோது மிகவும் கவனமாகத் திரைத்துறை சாத்தியங்கள் பற்றிய எண்ணத்தை விலக்கி வைத்துவிட்டு, நெடுந்தொடர்களுக்கு எழுதத் தீர்மானம் செய்தேன்.

தமிழ்த் திரை உலகைப் பொறுத்த அளவில் எழுத்தாளனுக்கு அங்கே இடமில்லை. இயக்குநர், தோளில் கைபோட்டுக்கொள்ள ஒரு ஸ்டாண்டாக எழுத்தாளனின் தோள் அருகே இருந்தால் போதுமானது. அவர் இரண்டு கரங்களுக்கு இரண்டு தோள்கள் தேடலாம். நீண்ட கரங்களென்றால் நான்கைந்து தோள்களும் தேவைப்படும். தவிரவும் தமிழ் சினிமாவில் எழுத்தாளனுக்கான வருமானம் என்பது நிலையானதோ, நிறைவளிக்கக் கூடியதாகவோ பெரும்பாலும் இருக்காது. விதிவிலக்குகள் எங்கும் உண்டு. நான் சொல்வது அதுவல்ல. எப்போதும் உள்ளது. எங்கும் காணக் கிடைப்பது. எக்காலத்துக்கும் பொதுவானது.

நான் முழு நேர எழுத்து என்ற முடிவுக்கு வருவதற்குப் பல வருடங்கள் முன்பிருந்தே தொலைக்காட்சித் தொடர்களுக்கு எழுத ஆரம்பித்திருந்ததால், அந்தத் துறையில் இந்த இரண்டு பெரிய சிக்கல்களும் அநேகமாக இல்லை என்பதை அறிந்திருந்தேன். தொலைக்காட்சித் தொடர்களுக்கு எழுதி ஓர் எழுத்தாளர் கோடீஸ்வரனாகிவிட முடியாதுதான். ஆனால் அந்தத் துறை நிச்சயமாக வாழ வைத்துவிடும். உணவு-உடை-உறைவிடம்-எளிய மகிழ்ச்சிகளுக்கு என்றும் குறை வைக்காது. இதை என்னால் உறுதியாகச் சொல்ல முடியும். சினிமா தருகிற வெளிச்சம் தொலைக்காட்சித் தொடர் எழுத்தாளர்களின் மீது விழாது. இதில் சந்தேகமில்லை. ஆனால் வெளிச்சத்தின் பொருட்டு நான் அங்கே செல்லவில்லை என்பதால் அது குறித்துக் கவலைப்படவில்லை. எனக்கு நான் விரும்பியவற்றை எழுத வேண்டும். அதற்கு இடையூறில்லாத வாழ்க்கை

அமைவதற்குப் பணம் வேண்டும். எழுதுவதைத் தவிர வேறு எதையும் செய்ய முடியாது என்பதால் இந்தத் துறையில் எழுதக் கிடைக்கும் பணம் எனக்குப் போதும் என்று முடிவு செய்தேன். அத்துறையின் நேர்மைக்கு ஒரே ஓர் உதாரணம் சொன்னால் புரிந்துவிடும்.

எழுதுபவனையும் டெக்னீஷியன் என்றே அங்கே குறிப்பிடுவார்கள்.

நான் அதைக்கூட எதிர்பார்க்கவில்லை. ஒரு கடைநிலைத் தொழிலாளியாக மட்டுமே அங்கே இருந்துவிட முடிவு செய்தேன். பெயரோ, புகழோ, வேறெதுவோ. என் விருப்பத்துக்கு நான் எழுதுவனவற்றில் இருந்து கிடைப்பது போதும். தொலைக்காட்சித் தொடர் வருமானம் அதற்கு முதுகெலும்பாக இருக்கட்டும் என்று நினைத்துக்கொண்டேன். அன்றைக்கு என்னைத் தேடி வந்த திரைப்பட வாய்ப்புகளை உறுதியாக மறுத்தேன். திரையுலகம் எப்படி இயங்குகிறது என்பதைத் தெரிந்துகொள்வதற்காக இரண்டு படங்களுக்கு மட்டும் வசனம் எழுதினேன் (கனகவேல் காக்க, தம்பி வெட்டோத்தி சுந்தரம்). இரண்டும் சிறிய படங்கள். எளிய முதலீடு. ஒன்று சிறிய தோல்வியையும் இன்னொன்று சிறிய வெற்றியையும் கண்டது. இரண்டு படங்களிலும் எனக்கு சம்பள பாக்கி இருந்தது. அதனால் என்ன? அந்த அனுபவம் மட்டுமே என்னை சினிமா வேண்டாம் என்கிற திடமான முடிவை எடுக்க வைத்தது. அது பெரிதல்லவா?

தொலைக்காட்சித் தொடர்களுக்கு நிறைய எழுத வேண்டும். அது கலைப்பணி அல்ல. நிச்சயமாக அல்ல. அது ஒரு லேபர் மட்டுமே. இதனால்தான் தொடக்கம் முதலே நான் திரைக்கதை உருவாக்கத்துக்குள் செல்வதைத் தவிர்த்தேன். எவ்வளவு மோசமாக இருந்தாலும் அதுவும் ஒரு கதையைச் சுற்றிக் கட்டமைக்கப்படுவதுதான். தவிரவும் நீண்ட கதைகள். அந்தக் கதைகளை மூளைக்குள்

போட்டுச் சிந்திக்க ஆரம்பித்தால் நாவல் எழுத முடியாது. நாவல்களின் உலகம் வேறு. வாழ்க்கையை அவை அணுகும் விதம் வேறு. வாழ்விலிருந்து அவை எடுப்பதும் வேறு. நெடுந்தொடர்கள் கோரும் வாழ்வனுபவம் மிகவும் சொற்பம். ஆனால் அவை கட்டாயம் உக்கிரமாக இருந்தாக வேண்டும். இல்லாவிட்டால் உருவாக்கியாக வேண்டும். அடுத்தது என்ன என்கிற ஒற்றை வினாவைக் கொண்டே மொத்த உலகமும் கட்டமைக்கப்படும். அது ஒரு சுவாரசியமான விளையாட்டுதான். அதில் சந்தேகமில்லை. ஆனால் மிக விரைவில் சுவாரசியத்தை இழந்துவிடக் கூடிய விளையாட்டும்கூட. நாவலில் அடுத்தது என்னவாக இருக்கும் என்பது குறித்துச் சிந்திக்கவே வேண்டாம். அடுத்ததாக ஒன்று இருந்தே தீர வேண்டிய அவசியமும் இல்லை.

இந்த மலைக்கும் நிலத்துக்குமான இடைவெளி பெரிது. இதில் சிக்கிக்கொண்டுவிடக் கூடாது என்பதாலேயே திரைக்கதை உருவாக்கங்களில் பங்கு பெறுவதைத் தவிர்த்தேன். யாராவது உட்கார்ந்து பேசி திரைக்கதை எழுதுவார்கள். ஒவ்வொரு காட்சியையும் பத்து வரிகளில் விளக்கிச் சொல்லுவார்கள். அதைக் கேட்டுக்கொண்டு உரையாடலாக மாற்றிக் கொடுத்துவிட்டால் போதும். என் பணி முடிந்துவிடும். இந்தக் காட்சி ஏன் இப்படி இருக்கிறது, இவன் ஏன் இப்படிப் பேசுகிறான், அவள் ஏன் அப்படி நடந்துகொள்கிறாள், நேற்று வரை அப்படி இருந்தார்களே; இன்று ஏன் இப்படி மாறினார்கள் என்றெல்லாம் கேள்வியே கேட்க மாட்டேன். கொடுக்கப்படும் திரைக்கதை எவ்வளவு அபாண்டமாக இருந்தாலும் வசனங்களால் அதை நியாயப்படுத்திவிடுவது. கிட்டத்தட்ட ஒரு வழக்கறிஞரின் வேலைதான். ஆனால் பழகிக்கொண்டேன்.

ஒரு திருமணம் நடக்கிறதா? இன்னொரு திருமணம் நிற்கிறதா? முதலிரவிலேயே கணவன் கொடுமை செய்கிறானா? மாமியார் கொடுமை மலிந்திருக்கிறதா?

தற்கொலை செய்துகொள்கிறாளா? குழந்தை பிறக்கிறதா? பிறந்த குழந்தை இறந்து பிறக்கிறதா? அல்லது பிறக்காமலேயே போகிறதா? ஒரு பெண் பதினைந்து மாதங்கள் கர்ப்பம் சுமக்கிறாளா? அவளுக்கு சக்களத்தி வருகிறாளா? உலகமே அவளுக்கு எதிராக வரிந்து கட்டிக்கொண்டு நின்று துரோகம் செய்கிறதா? அவள் கதறுகிறாளா? கண்ணீர் அருவியெனப் பொழிகிறதா? பைத்தியம் பிடிக்கிறதா? மனநல மருத்துவமனையில் சிகிச்சைக்குச் செல்கிறாளா? மீண்டும் ஒரு மணமேடை காண்கிறாளா? போலிஸ் அராஜகம் பெருகுகிறதா? நீதிபதி விலை போகிறாரா? அரசியல்வாதி அக்கிரமம் செய்கிறாரா? கடவுளே குற்றவாளி ஆகிறானா?

எதுவும் எழுதும்போது என்னை பாதிக்காது. பத்து வரித் திரைக்கதை எதைக் கேட்கிறதோ, அதை வசனத்தில் சரியாகக் கொடுத்துவிடுவேன். ஒரு நல்ல எருமை மாட்டின் குணாதிசயங்களை என்னுடையவையாக மனமுவந்து ஏற்றுக்கொண்டு, காட்சிகளுக்கு மட்டும் நியாயம் செய்யப் பழகிக்கொண்டேன். இது எனக்கும் வசதியாக இருந்தது; இயக்குநர்களுக்கும் எளிதாக இருந்தது. கேள்வி கேட்டு நேரத்தை வீணடிப்பதே இல்லை. எது சொன்னாலும் சரி. எவ்வளவு மோசமாகச் சொன்னாலும் சரி. என் சொல் வங்கியில் பத்து சதமானச் சொற்களே இதற்குப் போதுமானதாக இருந்தன. அது சரியாகவும் அமைந்தது. அன்றன்றைய காட்சிகளை எழுதி அனுப்பிவிட்டால் என் வேலை முடிந்துவிடும். இரண்டு மணி நேரம் தூங்கி எழுந்து என் எழுத்துலகத்துக்குள் போய்விடுவேன். அங்கே நான் வேறு நபர். அப்போது வருகிற எழுத்து வேறு. முற்றிலும் வேறு. முன்னது விரல்களிலிருந்தும் பின்னது மனத்திலிருந்தும் வரும். யாருக்கும் என்றும் எங்கும் இது இடைஞ்சலாகவே இருந்ததில்லை.

இந்தக் கட்டமைப்புதான், முத்தாரம் எழுத ஆரம்பித்து, சுந்தர் கே விஜயன் வந்த பிறகு சிறிது ஆட்டம் காணத்

தொடங்கியது. ஒவ்வொரு நாளும் அந்தத் தொடருக்காகப் பன்னிரண்டு முதல் பதினைந்து காட்சிகள் எழுத வேண்டியிருந்தது. இருவேறு இடங்களில் இரண்டு பேர் இயக்கும் நாள்களில் இந்த எண்ணிக்கை கிட்டத்தட்ட இரு மடங்காகிவிடும். ஒரு காட்சிக்கு முழுதாக ஐந்து நிமிடங்கள்கூடச் சிந்திக்க அவகாசம் இருக்காது. இது ஒரு பேய்க்கு சோறு போட்டு வளர்ப்பது போன்ற பணியாக இருந்தது. இம்மாதிரி எழுதும்போது நிச்சயமாகவே தரம் குன்றும். ஒன்றுமே செய்ய முடியாது.

முத்தாரத்துக்குப் பிறகு, குறைந்தது பதினைந்து தொடர்களுக்காவது எழுதியிருப்பேன். அதில் நான்கைந்து தொடர்களுக்காவது முதலில் இருந்து இறுதி வரை எழுதி நிறைவு செய்திருப்பேன். (கணக்கெடுத்துப் பார்த்தால் இது ஓர் உலக சாதனையாக இருக்கக்கூடும்.) ஆனால் எது ஒன்றுமே முத்தாரம் அளவுக்கு என்னை அச்சுறுத்தியது இல்லை, அலைக்கழித்தது இல்லை, திகைத்துத் திணறச் செய்ததும் இல்லை. ரேட்டிங் குறைகிறது என்று தொடங்கிய ஐம்பது எபிசோடுகளுக்குள் பேச்சு ஆரம்பித்து அதன் பிறகு அந்தத் தொடர் நிறைவடையும் வரை அதுவே ஒவ்வொரு வாரத்துக்கும் பேசுபொருளாக இருந்தது. அதில் நடித்த அனைத்து நடிக-நடிகையரும் நடுவில் மாற்றப்பட்டார்கள். திடீரென்று ஒரு கட்டத்தில் கதாநாயகிக்கு இரட்டை வேடம் கொடுத்தார்கள். அமைதியே வடிவாக இருந்த கதாநாயகன் யாரிடமும் சொல்லிக்கொள்ளாமல் கொடூரமான வில்லன் ஆகிப் போனான். எனவே இரட்டை வேடக் கதாநாயகியருள் ஒரு வேடம் தாங்கியவர் போலிஸ் ஆனார். குடும்பக் கதையாகத் தொடங்கி, க்ரைம் கதையாக உருமாறி, நடுவே சிறிது காலம் காதல் கதையாக இருந்து, அதன்பின் துயரக் காவியமாகி, சட்டென்று சஸ்பென்ஸ் திரில்லராகிப் பல உருமாற்றங்களைச் சந்தித்து எப்படியோ ஒரு வழியாக முடிவுக்கு வந்தது.

முத்தாரம் தொடங்கப்பட்டபோது அதில் இணைந்த யாருமே அதன் இறுதிப் பகுதி ஒளிபரப்பானபோது இல்லை. ஒவ்வொருவரும் வேறு வேறு காலக்கட்டங்களில் பல்வேறு காரணங்களால் விலகிச் சென்றுவிட்டார்கள். வசனம் எழுதிய நான் ஒருவன் மட்டுமே முதலில் இருந்து இறுதி வரை பணியாற்றிக்கொண்டிருந்தேன். தயாரிப்பாளர் சித்திக் இதனை ஒருமுறை என்னிடம் குறிப்பிட்டார். நான் சொன்னேன்,

ஒருவர் இல்லை சார். இரண்டு பேர்.

இன்னொருவர் யார்?

நீங்கள்தான். முதல் எபிசோட் முதல் இறுதி வரை நீங்கள்தானே தயாரிப்பாளர்?

8. முடிச்சு

முத்தாரத்துக்கு எழுதிக்கொண்டிருந்தபோது ஒவ்வொரு நாளும் படப்பிடிப்புத் தளத்திலிருந்து யார் யாரோ தொலைபேசியில் அழைத்துக்கொண்டே இருப்பார்கள். சுந்தர் கே விஜயனின் உதவி இயக்குநர்கள், மாதம் ஓரிரு முறை மாறிக்கொண்டே இருக்கும் ஷெட்யூல் டைரக்டர்கள், தொடரில் நடித்துக்கொண்டிருந்தவர்கள், அவ்வப்போது இவருக்கு பதில் இவராக வருபவர்கள், திரைக்கதை ஆசிரியர் ராஜ் பிரபு, கம்பெனி அலுவலகத்திலிருந்து மேனேஜர், தலைமை நிர்வாகி, கணக்குப் பிரிவு அலுவலர்கள், அனைத்துக்கும் மேலாகத் தயாரிப்பாளர் சித்திக். தயாரிப்பாளர் பெரும்பாலும் இரவு பன்னிரண்டு மணிக்கு மேலேதான் அழைப்பார். மற்ற அனைவரும் நாளெல்லாம் அழைப்பார்கள். எப்போது எதற்குக் கூப்பிடுவார்கள் என்றே தெரியாது. எழுதிக்கொண்டே இருக்க வேண்டும். பேசிக்கொண்டும் இருக்க வேண்டும். பொறுக்க மாட்டாமல் போனை அணைத்து வைத்துவிட்டு வேலை செய்யப் பார்த்தால் கம்பெனி பதறிவிடும். திரும்ப ஆன் செய்யும்போது நூறு அழைப்புகள் அடுத்தடுத்து வரும்.

விசித்திரம் என்னவென்றால், அதே சினி டைம்ஸ் நிறுவனம் தயாரித்த முந்தானை முடிச்சு என்ற தொடருக்கு நான்

எழுத ஆரம்பித்தபோது அதன் இயக்குநர் செல்வமும் திரைக்கதை ஆசிரியர் அமிர்தராஜும் அறிமுகமானார்கள். இந்த இருவரில் அமிர்தராஜை மாதம் இரண்டு முறை சினி டைம்ஸ் அலுவலகத்தில் அவர் கதை சொல்ல வரும்போது சந்திப்பேன். அப்போது பேசுவதுடன் சரி. பிறகு அவரோ, அவரைச் சார்ந்தவர்களோ மாதம் முழுவதும் அழைக்கவே மாட்டார்கள். செல்வம் தினமும் இரவு படப்பிடிப்பு முடிவடைந்த பிறகு அழைப்பார். மறுநாள் எடுக்க வேண்டிய காட்சிகளைக் குறித்துச் சிறிது நேரம் பேசுவார். அவ்வளவுதான். படப்பிடிப்பு நடந்துகொண்டிருக்கும்போது தளத்தில் இருந்து ஓர் அழைப்பும் வராது. உண்மையிலேயே படப்பிடிப்பு நடக்கிறதா என்கிற சந்தேகம் வந்து நானாக அவரை எப்போதாவது அழைத்தால் உண்டு.

செல்வம், சுந்தர் கே விஜயனின் மாணவர்தான். ஆனால் எஸ்கேவி ஒரு பெருங்கூட்டம் போலவும் செல்வம் ஒரு நபர் கமிஷன் போலவும்தான் எனக்கு என்றுமே தென்பட்டார்கள். முந்தானை முடிச்சு தொடருக்கு நான் பாதியில்தான் எழுதச் சென்றேன். முன்கதையைக் கேட்டுக்கொண்டு எழுதத் தொடங்கினேன். மேலும் எழுநூறு, எழுநூற்றைம்பது எபிசோடுகளுக்கு எழுதியிருப்பேன். பிறகு அதிலிருந்து விலகிக்கொண்டேன். நான் விலகிய பின்பும் அந்தத் தொடர் நீண்ட நாள் ஒளிபரப்பாகித்தான் ஓய்ந்தது. எழுநூறு எபிசோடுகள் என்பது ஆகக் குறைந்தபட்சம் நான்காண்டு காலம் நீண்டு வரக்கூடியது. அதற்கு மேலும் எழுதியிருப்பேன். சரியாக நினைவில்லை. இந்நீண்ட நெடுங்காலத்தில் செல்வத்தின் உதவி இயக்குநர்கள் ஒருவரைக்கூட நான் சந்தித்தது கிடையாது, பேசியது கிடையாது. அவரது ஷெட்யூல் டைரக்டர் என்று ஒருவர் இருப்பார். அவரைத் தெரியும். அவருமேகூட வாரம் ஒருமுறை பேச நேர்ந்தால் அதிகம். தினமும் மறுநாளுக்கான காட்சி எண்களைக் குறுஞ்செய்தியாக

அனுப்புவார். அவ்வளவுதான் உறவு. அவர் அனுப்பிய எண்களுக்குரிய காட்சிகளை எழுதி அனுப்பிவிட்டால் போதும். திடீரென்று திட்டம் மாற்றுவது, ஏராளமான காட்சிகள் எழுத வேண்டியிருப்பது போன்ற சங்கடங்கள் முந்தானை முடிச்சில் இருக்காது. செல்வத்துக்கு ஒரு நாளில் முப்பது முதல் முப்பத்தைந்து நிமிட அளவுக்கு ஃபுட்டேஜ் தந்தாக வேண்டும் என்பது நிபந்தனையாக இருக்கும். அதற்கு பங்கமில்லாத அளவுக்கு வசனப் பக்கங்கள் அமைந்துவிட்டால் போதும். அது ஒரே ஒரு காட்சியாகவும் இருக்கலாம். நான்கைந்து காட்சிகளாகவும் இருக்கலாம்.

ஒரே நிறுவனம்தான். ஓர் இயக்குநரும் அவரது சீடரும் இயக்கிக்கொண்டிருந்த இருவேறு தொடர்களுக்கு ஒரே சமயத்தில் எழுத அமைந்தது. ஆனால் இரண்டுமே இருவேறு அனுபவங்களாக இருந்தன. சுந்தர் கே விஜயன் திடீர் திடீரென்று வெளியூர்களில் கதை விவாதத்துக்கு ஏற்பாடு செய்துவிடுவார். பெரும்பாலும் மகாபலிபுரத்தில் உள்ள தமிழ்நாடு ஓட்டலில் அவரது கதை விவாதங்கள் இருக்கும். அப்போதெல்லாம் திருவிழா போல யார் யாரோ விவாதத்தில் பங்குபெற வந்துவிடுவார்கள். இரண்டு நாள், மூன்று நாள் விவாதித்த பிறகும் ஒருமுறை கூடத் திட்டமிட்ட கதை என்ற ஒன்று கிடைத்துவிடாது. ஊர் திரும்பிய பிறகு ராஜ் பிரபு தனியே உட்கார்ந்து எழுதிக் கொண்டு வருவார். அதுதான் கதையாக இருக்கும்.

முந்தானை முடிச்சு தொடருக்குக் கதை விவாதம் என்ற ஒன்று, நானறிந்து பொதுவில் நடந்ததில்லை. அமிர்தராஜ் அவரது உதவியாளர்களுடன் விவாதித்து, அந்தந்த மாதத்துக்கான கதையை அளந்து கத்திரித்துக் கொண்டு வந்துவிடுவார். அதற்குப் பிறகு விவாதம் செய்ய ஒன்றும் இருக்காது. சினி டைம்ஸ் அலுவலகத்துக்கு அமிர்தராஜ் கதை சொல்ல வருவது ஒரு முக்கிய சம்பவமாக மாதம் தோறும் இருக்கும். அன்றெல்லாம் இயக்குநர் செல்வம்

மிகுந்த பரபரப்புடன் காணப்படுவார். அமிர்தராஜ், உதவியாளர்கள் யாருமில்லாமல் தனியாகத் தான் மட்டும்தான் வருவார். வந்ததும் தயாரிப்பாளரிடம் 'ஒரு காப்பி சொல்லுங்க சார்' என்பார். தமிழ்நாட்டின் முதல் வரிசைக் கோடீஸ்வரர்களுள் அவர் ஒருவர். பொதுவாக அவர்தான் 'என்ன சாப்பிடறிங்க?' என்று ஆரம்பித்து அல்வாவும் முந்திரி பக்கோடாவும் காப்பியும் ராஜ்பவன் ஓட்டலில் இருந்து தருவித்துத் தருவார். நானறிந்து அவர் கேட்பதற்கு முன்பாகவே காப்பிக்கு உத்தரவிடக்கூடியவராக அங்கே அமிர்தராஜ் மட்டும்தான் இருந்தார்.

காப்பி வரும்வரை பொதுவாக எதையாவது பேசிக்கொண்டிருந்துவிட்டு, காப்பி வந்து அருந்தி முடித்ததும் தனது 'ஒன்லைன்' தாளை எடுத்து வைத்துக்கொண்டு அமிர்தராஜ் கடகடவென்று கதை சொல்ல ஆரம்பிப்பார். முத்தாரத்துக்கு ராஜ் பிரபு கதை சொல்லும்போது தயாரிப்பாளர் இடையிடையே குறுக்கிட்டுக் கருத்து சொல்வார். அது விவாதமாக மாறும். கதைக்குத் தொடர்பே இல்லாத அக்கவுண்டண்ட், டைப்பிஸ்ட், தயாரிப்பு மேலாளர் போன்றவர்களையும் உள்ளே கூப்பிட்டு சித்திக் கருத்துக் கேட்பார். தொலைக்காட்சித் தொடர்களைப் பொறுத்த அளவில் பலரது கருத்து என்பது எப்போதும் கதைக்கு வலு சேர்த்ததில்லை. என்ன இருக்கலாம் என்று இயக்குநர் நினைப்பதும், எப்படி இருக்கலாம் என்று திரைக்கதை ஆசிரியர் நினைப்பதும் மட்டும் சேர்ந்தால்தான் சரியாக வரும். முத்தாரம் கதை விவாதங்களில் சுந்தர் கே விஜயன் கருத்தே சொல்ல மாட்டார். யார் என்ன சொன்னாலும் அமைதியாகக் கேட்டுக்கொண்டு 'ஓகே சார்' என்று சொல்லிவிட்டுப் போய்விடுவார். ராஜ் பிரபு, தயாரிப்பாளரின் திருத்தங்களைக் கவனமாகக் குறித்துக்கொண்டு செல்வார். ஆனால் முந்தானை முடிச்சில் நான் இருந்த காலத்தில் எப்போதும் இப்படிப்பட்ட விவாதங்கள் நடந்த நினைவில்லை.

அமிர்தராஜ் கதை சொல்வார். தயாரிப்பாளரும் இயக்குநரும் நானும் கேட்போம். சொல்லி முடித்ததும் தயாரிப்பாளர் திருப்தியாகத் தலையசைப்பார். முந்திரி பக்கோடாவும் அல்வாவும் மீண்டும் ஒரு காப்பியும் வரும். சாப்பிட்டுவிட்டுக் கிளம்பிவிடுவோம். அவ்வளவுதான்.

கலைத் துறையில் எப்போதும் ஒரு வழக்கம் உண்டு. வெற்றியடைந்துவிட்ட ஒரு படைப்பு அல்லது நபர் கேள்விக்குள்ளாகவே வாய்ப்பில்லை. முந்தானை முடிச்சைப் பொறுத்தவரை அதை ஒரு வெற்றியடைந்துவிட்ட நெடுந்தொடராகச் சொல்ல முடியாது. மாலை ஆறு மணிக்கு ஒளிபரப்பாகும் ஒரு தொடருக்கு என்ன ரேட்டிங் இருக்குமோ, அதைத்தான் அது பெற்றது. முத்தாரமும்கூட அதற்கென ஒதுக்கப்பட்ட மதிய நேரத்துத் தொடருக்கான ரேட்டிங்கைப் பெறத் தவறவில்லை. எனக்கு என்ன குழப்பம் என்றால், முத்தாரம் தனது அடுத்த ஸ்லாட்டை எட்டிப் பிடிக்கவில்லை என்பது ஒரு பெரும் குற்றச்சாட்டானது போல முந்தானை முடிச்சுக்கு நேரவேயில்லை. ஒருவேளை நான் அதில் இணைவதற்கு முன்பு அது மாபெரும் வெற்றிப் புள்ளிகளைக் கண்டிருக்கலாம். பிறகு காலப்போக்கில் அது குறைந்து வந்திருக்கலாம். எப்படியானாலும் அமிர்தராஜ் கதை சொல்லும் நாள்களில் வாத விவாதங்கள் பெரும்பாலும் எழாது. அவர் சொல்லும் கதை அப்படியே ஏற்கப்படும். இயக்குநர் மட்டும் தனக்குத் திருப்தி ஏற்படாத இடங்களைத் தனியே எடுத்துச் சொல்லி மாற்றித் தரக் கேட்பார். அதுவும் எப்போதாவது நடப்பதுதான். பிறகு, ஏன் அதை மாற்றச் சொன்னேன் என்று தயாரிப்பாளருக்கு விளக்கம் கொடுத்துவிடுவார்.

ஒரு பார்வையாளனாக இதையெல்லாம் கவனித்துக் கொண்டிருப்பேன். கேட்டாலொழியக் கருத்து சொல்ல மாட்டேன். கேட்கும்போதும் தலையசைத்துவிட்டுப் போய்விடுவேனே தவிர, விவாதங்களில் ஈடுபடுவதைப்

பெரும்பாலும் தவிர்க்க நினைப்பேன். முந்தானை முடிச்சும் முத்தாரம் போலவே ஒரு செயற்கையான கதை. அதில் பிரேமா என்றொரு வில்லி கதாபாத்திரம் வரும். நான் எழுதிய ஆண்டுகள் முழுவதும் ஒரு எபிசோட் விடாமல் அந்தக் கதாபாத்திரம் வரும். ஆனால் ஒரு காட்சியில்கூட அந்தப் பாத்திரம் இன்னொருவருடன் பேசியது கிடையாது. கடைசி வரை தனக்குள் மட்டுமே பேசிக்கொண்டிருக்கும் பாத்திரம் அது. மைண்ட் வாய்ஸ் என்று இதனைச் சொல்வார்கள். முந்தானை முடிச்சு பிரேமா கதாபாத்திரம் மைண்ட் வாய்ஸ் உத்தியில் உலக சாதனை படைத்தது என்று தயங்காமல் சொல்லலாம். மைண்ட் வாய்ஸ் என்பது திரைக்கதை ஒழுக்கத்துக்கு எதிரானதோர் உத்தி. தவிர்க்க முடியாத சந்தர்ப்பங்களில் பயன்படுத்துவார்கள். இதெல்லாம் ஒரு தயாரிப்பாளருக்கும் இயக்குநருக்கும் எழுத்தாளருக்கும் தெரியாதா என்ற கேள்விக்கே இடமில்லை. நிச்சயமாகத் தெரியும். ஆனால், ஏதோ ஒரு கட்டத்தில் ஏதோ சில கிரகங்களின் அமைப்பினால், சில வசதிகள் வாய்த்து விடும். காரணமே கேட்க முடியாது. முந்தானை முடிச்சில் அதைக் கண்கூடாகப் பார்த்தேன். இது மட்டுமல்ல. இன்னொரு தருணத்திலும்.

முந்தானை முடிச்சின் தயாரிப்பு நிறுவனமான சினி டைம்ஸுக்கு அந்தத் தொடரைக் கன்னடத்தில் தயாரித்து ஒளிபரப்பும் வாய்ப்பு ஒன்று வந்தது. ஏற்கெனவே அது மலையாளத்திலும் வந்துகொண்டிருந்தது. முத்தாரத்துக்குத் திரைக்கதை எழுதிய ராஜ் பிரபுதான் மலையாள முந்தானை முடிச்சுக்கு அப்போது எழுதிக்கொண்டிருந்தார். அதாவது அமிர்தராஜ் சொல்லி நிறைவு செய்த கதையின் தொடர்ச்சியை ராஜ் பிரபு அப்போது மலையாளத்துக்கு எழுதிக்கொண்டிருந்தார். இப்போது கன்னடத்தில் மீண்டும் அதையே எடுக்கலாம் என்று முடிவானபோது அமிர்தராஜின் தொடக்க அத்தியாயங்களை அப்படியே பயன்படுத்திக்கொள்ள முடிவானது.

இந்தத் தகவல்கள் எனக்குத் தெரிய வர நியாயமே இல்லை. அதற்கு அவசியமும் இல்லை. ஆனாலும் எப்படித் தெரிய வந்தது என்பதுதான் விநோதம்.

ஒருநாள் தயாரிப்பாளர் சித்திக் கூப்பிடுவதாக மேனேஜர் ஷெரீஃப் போன் செய்தார். அவரைச் சந்திக்கச் சென்றபோது, இந்தக் கன்னடத் தொடர் குறித்து விரிவாக என்னிடம் எடுத்துச் சொல்லி, 'நீங்களே டயலாக் எழுதிடுங்க சார்' என்று சொன்னார்.

எனக்குப் புரியவில்லை. திரைக்கதை எந்த மொழியில் இருந்தாலும் பிரச்னை இல்லை. ஆங்கில வழியில் கேட்டுத் தெளிந்து கன்னடத்தில் என்ன, உலக மொழிகள் எதில் வேண்டுமானாலும் அம்மொழி விற்பன்னர்கள் வசனம் எழுதித் தந்துவிடலாம். ஆனால் கன்னடம் என்ற மொழி ஒன்று உள்ளது என்பதற்கு அப்பால் ஏதும் தெரியாதவன் கன்னடத்தில் எப்படி வசனம் எழுத முடியும்?

'நீங்க எழுதுங்க சார். வேற ஒருத்தர வெச்சி டிரான்ஸ்லேட் பண்ணிக்கலாம்' என்று சித்திக் சொன்னார்.

இது எனக்கு அதிர்ச்சியாக இருந்தது. எழுதுபவருக்கு ஒரு சம்பளம், மொழிபெயர்ப்பவருக்கு ஒரு சம்பளம். எந்த நிறுவனம் இப்படியெல்லாம் செய்யும்? தவிர, ஒரு மொழியில் நேரடியாக எழுதப்படும் வசனங்கள் தருகிற அழுத்தத்தை மிக நிச்சயமாக மொழியாக்கம் தராது. ஒரு புதிய தொடரில் இம்மாதிரியான விஷப் பரீட்சைகளைச் செய்ய எந்தத் தயாரிப்பாளரும் விரும்ப மாட்டார். சித்திக் ஏன் அப்படிச் செய்ய நினைக்கிறார் என்று எனக்குப் புரியவேயில்லை.

வேறொரு சமயம் சினி டைம்ஸின் தலைமை நிர்வாகி சௌந்தரராஜன் அதற்குக் காரணம் சொன்னார்.

அவருக்கு உங்க வசனம் பிடிச்சிப் போச்சு சார். அவருக்கு ஒண்ணு பிடிச்சிடுச்சின்னா, அதுக்கப்பறம் எடுக்கற முடிவுகளைக் கேள்வியே கேக்க முடியாது.

மெட்டி ஒலிக்குப் பிறகு அவர் எடுத்த நெடுந்தொடர்களில் அவருக்கு மிகவும் பிடித்தது முந்தானை முடிச்சுதான் என்று பிறகு கேள்விப்பட்டேன்.

9. உப்புமா

கன்னட முந்தானை முடிச்சுக்கு ‘மனெ தேவுரு’ என்று பெயர் வைத்தார்கள். குடும்பக் கடவுள் அல்லது குல தெய்வம் என்று பொருள். இது எப்படி முந்தானை முடிச்சின் மொழியாக்கம் ஆகும் என்று எனக்குத் தெரியவில்லை. ஆனால் மனெ தேவுரு, முந்தானை முடிச்சின் கன்னட வடிவம்தான். அந்தத் தொடருக்கு வ. கௌதமன் என்பவர் முதலில் இயக்குநராக நியமிக்கப்பட்டார். முத்தாரத்தில் நடந்தது போலவே ஐம்பது எபிசோடுகளில் அவரை நீக்கிவிட்டு நீராவி பாண்டியன் என்பவரை இயக்குநராக்கினார்கள். பாண்டியனை எனக்குத் தெரியும். சுந்தர் கே விஜயனின் இணை இயக்குநராக முத்தாரத்தில் பணியாற்றியவர். சுந்தர் கே விஜயனைப் போலவே பேய் பிசாசு வேகத்தில் சுட்டுத் தள்ளக் கூடியவரும்கூட. இந்தக் குறிப்பிட்ட தொடருக்கு அவரை இயக்குநராக நியமிக்க சினி டைம்ஸுக்கு இருந்த முதன்மைக் காரணம் அதுவல்ல. நீராவி பாண்டியனுக்குக் கன்னடம் தெரியும். பேச மட்டுமல்லாமல் நன்கு திட்டவும் வரும்.

பெங்களூரில் ஒரு வீடு பிடித்து, பூஜையும் படப்பிடிப்பும் ஆரம்பமாயின. பூஜைக்குத் தயாரிப்பாளர் என்னை அழைத்துச் செல்வதற்கு என் வீட்டுக்கு வந்தார். அது

நான் எதிர்பாராதது. அப்போது நான் கோடம்பாக்கம் சாமியார் மடம் அருகே ஒரு சிறிய தெருவில் குடியிருந்தேன். தயாரிப்பாளரின் கார் அளவுக்கே அந்தத் தெருவின் அகலம் இருக்கும். அவர் வந்தது அதிகாலைப் பொழுது என்பதால் நல்லவேளையாகப் போக்குவரத்து நெரிசல் ஏதும் உண்டாகவில்லை. எனக்குத்தான் சற்று வருத்தமாக இருந்தது. ஓர் எழுத்தாளனை ஏற்றிச் செல்வதற்கு எப்பேர்ப்பட்ட சினிமா கம்பெனியும் பென்ஸ் கார் அனுப்பாது. எனக்கு அது வாய்த்தது. ஆனால் அந்த நேரத்தில் அதைக் கண்டு வியக்கவோ, பொறாமைப்படவோ யாரும் விழித்திருக்கவில்லை.

பெங்களூர் போகிற வழியில் தயாரிப்பாளர் சித்திக் சிறிது நேரம் மனே தேவுருவைக் குறித்துப் பேசிக்கொண்டிருந்தார். தொடக்க காலத்தில் முந்தானை முடிச்சு செய்த சாதனைகள், சாகசங்கள் குறித்து மிகவும் விரிவாக எனக்கு எடுத்துச் சொன்னார். அந்தத் தொடரில் இடம்பெறும் ஒரு குறிப்பிட்ட கடத்தல் காட்சிப் பகுதி குறித்துக் குறைந்தது அரை மணி நேரமாவது சிலாகித்துப் பேசினார். சினிமாலகூட இப்படி ஒரு சீக்வன்ஸ் வந்ததில்ல சார். அமிர்தராஜ் அவ்ளொ அருமையா எழுதியிருப்பார் என்று சொன்னார்.

பொதுவாகத் தயாரிப்பாளர்கள் கதை குறித்தோ, காட்சிகள் குறித்தோ பெரிதாக அறிந்திருப்பதில்லை. ரேட்டிங் சரியாக இருக்குமானால் நல்ல கதை, சிறந்த காட்சிகள். ரேட்டிங் குறைந்தால் கதை சரியில்லை, திரைக்கதை சரியில்லை. இந்த மிக எளிய கணக்கில்தான் நெடுந்தொடர் உலகம் இயங்கிக்கொண்டிருந்தது. நான் எழுதச் சென்றபோது முந்தானை முடிச்சு அது ஒளிபரப்பான நேரத்துக்கு நியாயம் சேர்க்கும் ரேட்டிங் பெற்றிருந்ததே தவிர, துள்ளிக் குதித்துப் பாராட்டும்படியாக இல்லை. ஆயினும் அவர் முந்தைய சிறந்த நாள்களை நினைவுகூர்ந்து பாராட்டக்கூடியவராக

இருந்தார். அவர் ஒரு வித்தியாசமான தயாரிப்பாளர் என்று எண்ணிக்கொண்டேன்.

நான் நினைத்தது சரி.

நாங்கள் சென்றுகொண்டிருந்த கார் கிருஷ்ணகிரியைத் தாண்டியபோது எனக்குப் பசிக்கத் தொடங்கியது. நெடுஞ் சாலையில் எங்காவது உணவகம் தென்படுமா, என்னைப் போலவே அவரும் அதைக் கவனித்து வண்டியை நிறுத்தச் சொல்வாரா என்று எதிர்பார்த்துக்கொண்டிருந்தேன். ஆனால் கண்ணில் பட்டதெல்லாம் வெறும் டீக்கடைகளாக இருந்தன. நெடுஞ்சாலை உணவகங்களில் அவர் சாப்பிடுவாரா என்றும் சந்தேகமாக இருந்தது. அநேகமாக மாட்டார் என்றே தோன்றியது. நாங்கள் அதிகாலை நாலரை மணிக்குக் கிளம்பியிருந்தோம். ஒன்பது-ஒன்பதரைக்கு பெங்களூர் சென்றுவிடலாம் என்று சொல்லியிருந்தார். அவ்வளவு விரைவாகப் போய்விட முடியுமா என்று எனக்குச் சந்தேகமாக இருந்தது. அப்படியே போய்ச் சேர்ந்துவிட்டாலும் பூஜை, படப்பிடிப்பு என்று சென்றவுடன் பரபரப்பாகிவிடும்.

பொதுவாக நெடுந்தொடர் பூஜை நாள்களில் படப்பிடிப்பு பெரிதாக நடக்காது. ஒப்புக்கு ஒன்றிரண்டு காட்சிகள் எடுப்பார்கள். பூஜை முடிந்ததும் ஒரு ஷாட் எடுத்து, உடனே அதை ஓகே என்று சொல்லிவிட்டு மறுகணமே தட்டேந்திச் சாப்பிட அமர்ந்துவிடுவது வழக்கம். கேசரி, வடை, பொங்கல், இட்லி என்று நானாவித பலகாரங்கள் நிச்சயமாக இருக்கும். தயாரிப்பாளர் வருகிறார் என்றால் சிறிது நன்றாகவும் இருக்கும். அதில் குறை சொல்ல இயலாது என்றாலும் அந்தத் தட்டேந்தும் கட்டம் வரும்வரை என்னால் பசி தாங்க முடியுமா என்று சந்தேகமாக இருந்தது.

ஆனால் அவருக்குப் பசி என்ற உணர்ச்சியே எழவில்லை. புதிய கன்னடத் தொடரை எப்படியெல்லாம் எடுக்க உத்தேசித்திருக்கிறார் என்பது குறித்து மிகவும் விரிவாகப்

பேசிக்கொண்டே வந்தார். எந்தப் புள்ளி என்று நினைவில்லை. உங்களுக்கு எல்லாம் குலசாமின்னு ஒண்ணு உண்டில்ல? என்று கேட்டார்.

ஆமாம் என்று சொன்னேன். எல்லா தொலைக்காட்சித் தொடர்களிலும் குறைந்தபட்சம் பத்து முறையாவது குலதெய்வம் கோயிலுக்குக் குடும்பத்துடன் பொங்கல் வைக்கப் போய்வரும் காட்சி வரும். அந்தக் காட்சிகளில் பிரிந்த குடும்பம் சேரும் அல்லது சேர்ந்திருக்கும் குடும்பத்துக்குள் யாராவது குண்டு போடுவார்கள். குலதெய்வத்தை ஒரு குடும்ப உறுப்பினராகக் கருதிக்கொண்டு, கதாபாத்திரங்கள் தங்கள் குறைகளை எடுத்துச் சொல்லி முறை வைக்கும். பூசாரி வேடம் ஏற்பவர், எல்லா கஷ்டமும் தீர்ந்துடும்மா! ஆத்தா உங்கள கைவிட மாட்டா என்று சொல்லி தட்சணை வாங்கிக்கொள்வார். ஒரு கட்டத்தில், குலதெய்வம் என்பது தொலைக்காட்சித் தொடர்களுக்காக உருவாக்கப்பட்ட ஒரு கதாபாத்திரமாகவே மனத்தில் பதிந்தது.

இதற்கு நிச்சயமாக நான் காரணமில்லை. பிறந்தது முதல் 2003 ஆம் ஆண்டு வரை எங்களுக்கு எது குலதெய்வம் என்று எனக்குத் தெரியாது. எனக்கு மட்டும்தான் தெரியாதா என்றால் இல்லை. ஏராளமான உறுப்பினர்களைக் கொண்ட எங்கள் குடும்பத்தில் யாருக்கும் அது தெரிந்திருக்கவில்லை. அல்லது தெரிந்தவர்கள் காலமாகிவிட்டிருந்தார்கள். எனவே அடிக்கடி செல்லும் கோயில், அவரவருக்குப் பிடித்த தெய்வம் என்று எதையாவது ஒன்றை அவ்வப்போதைய தேவைக்கு மனத்தில் நினைத்துக்கொள்ளும் வழக்கம் உருவாகிவிட்டிருந்தது. முதல் உலகப்போர் காலம் தொடங்கி வாழ்ந்து வந்த எங்கள் குடும்ப முன்னோர்களை அறிவேன். அவர்களுள் ஒருவர் என் தந்தை வழிப் பாட்டி. சிறு வயதில் அவரிடம் நிறைய கதைகள் கேட்டிருக்கிறேன். எந்தக் கதையிலும்

குலதெய்வம் வந்ததில்லை. தெய்வத்தைக் கதையில் சொருகத் தெரியாமலே வாழ்ந்து மறைந்தவர். அது பரவாயில்லை. ஒரு தகவலாக அவர் அதைத் தன் ஆறு வாரிசுகளிடமோ அவர்களது வாழ்க்கைத் துணைகளிடமோ தெரிவித்திருக்கலாம். ஏனோ செய்யத் தவறிவிட்டார். அடுத்தத் தலைமுறையில் யாருக்கும் தெரியாதிருந்த குலதெய்வ விவரம், நெடுங்காலத்துக்குப் பிறகு திடீரென்று ஒருநாள் தெரிய வந்தது. யார் வழியாக என்று எப்படி எண்ணிப் பார்த்தாலும் பொருந்தவில்லை. தாத்தாவின் உடன் பிறந்த ஒரு சகோதரி, அவருக்கு மட்டுமே தெரிந்த தாத்தாவின் இதர சில உறவினர்கள் தஞ்சாவூர் மாவட்டத்தில் திருமணஞ் சேரி என்ற குக்கிராமத்தில் வசித்துக்கொண்டிருப்பதாகக் கேள்விப்பட்டிருந்தேன். நேரில் சென்றதுமில்லை, பார்த்ததுமில்லை. குலதெய்வ விவரம் தாத்தாவுக்குத் தெரியாதிருந்திருக்காது என்றால் அவரது சகோதரி மற்றும் அவரைச் சுற்றிய அந்தத் தலைமுறை உறவினர்களுக்கும் தெரியாதிருந்திருக்காது. தாத்தா 1970 ஆம் ஆண்டு காலமானவர். அவரது சகோதரி, கிராமத்திலேயே வாழ்ந்து, தொண்ணூறுகளில் ஏதோ ஒரு வருடத்தில் காலமானார். எனவே அவரைத் தொட்டு, கிராமத்தில் பரவியிருந்த உறவினர்களின் தொடர்பு எங்களில் யாருக்கும் இல்லாமல் போய்விட்டது.

அப்படியும் எப்படியோ குலதெய்வ விவரம் வந்து சேர்ந்துவிட்டது. அந்தச் சமயம் யாரோ ஓர் உறவினர் சொன்னார். தேவை உண்டாகும்போது குலதெய்வம் தானே தன்னை அடையாளம் காட்டிக்கொள்ளும்.

கல்யாணப் பரிசு என்று ஒரு நெடுந்தொடர். மற்றவையெல்லாம் பேருக்கு நெடுந்தொடர். கல்யாணப் பரிசு உண்மையிலேயே மிக நெடுந்தொடர். கிட்டத்தட்ட ஆயிரத்துத் தொள்ளாயிரம் எபிசோடுகள் ஒளிபரப்பாகி ஓய்ந்தது அது. முதல் நாற்பது ஐம்பது எபிசோடுகளுக்குப் பிறகு நான் அதற்கு எழுத ஆரம்பித்து, இறுதி வரை

எழுதி முடித்தேன். அந்தத் தொடரிலும் பல்வேறு கட்டங்களில் குலதெய்வம், கோயில், பொங்கல் எல்லாம் வந்து போனது. அந்தத் தொடரில் நடித்த அத்தனை நடிக நடிகையரும் ஒரு முறையாவது குலதெய்வம் கோயிலுக்குச் சென்று புலம்பிவிட்டுப் போனார்கள். பொறுத்துப் பொறுத்துப் பார்த்த குலதெய்வம் ஒரு கட்டத்தில் பொறுமை இழந்துவிட்டது. அந்தக் கதையின் இரண்டாம் பாகம் ஒளிபரப்பாகிக்கொண்டிருந்தபோது ஒரு காட்சியில் தெய்வம் சந்நிதியில் இருந்து எழுந்து வெளியே வந்துவிட்டது. தனது பக்தனான சிறுவனிடம் பத்து நிமிடம் நின்று பேசி, சாப்பிடுவதற்கு ஆப்பிள் பழம் ஒன்றைக் கொடுத்து, தான் ஒன்றும் இரக்கமில்லாத தெய்வமல்ல என்று நிரூபித்துவிட்டுப் போனது.

எங்களுடைய குலதெய்வம் குறித்த விவரம் எப்படித் தெரிய வந்தது என்று இன்றுவரை எனக்குத் தெரியாது. எப்படியோ தெரிந்துவிட்டது. தெரிந்த பிறகு போகாதிருக்க முடியாது. தகவல் தெரிந்த ஓரிரு ஆண்டுகளுக்குப் பிறகு குடும்பத்துடன் சென்று வந்தேன். சீர்காழிக்கு அருகே கருவாழைக்கரை என்ற கிராமத்தில் இருந்த காமாட்சி அம்மன் கோயில். சாதாரணமான கிராமத்துக் கோயில். சமகாலப் புதிய ஏற்பாட்டின்படி கோயிலில் ஓர் அர்ச்சகரும் இருந்தார், பூசாரியும் இருந்தார். வெளியூர் பக்தர்கள் தத்தமது விருப்பத்தின்படி அர்ச்சகருக்கோ பூசாரிக்கோ முன்கூட்டியே தகவல் சொல்லிவிட்டால் குறித்த நேரத்தில் அவர்கள் சந்நிதியில் இருப்பார்கள். பூஜை செய்து பிரசாதம் கொடுத்து அனுப்புவார்கள்.

நேரில் செல்வோருக்குப் பொங்கலும் நெடுந்தொடரில் செல்வோருக்கு ஆப்பிள் பழமும் அளிக்கும் குலதெய்வம் அன்றைக்கு என்னை மிகவும் சோதிப்பதாகத் தோன்றியது. அதிகாலை எழுந்து கிளம்பியதில் இருந்து எதுவும் சாப்பிட்டிருக்கவில்லை. பசி மோசமாகத் தொடங்கியபோது,

தயாரிப்பாளரிடம் சொல்லிவிடலாமா என்று யோசித்தேன். எனக்குப் பசி மிகுந்தால் பேச்சு வராது, தலை வலிக்க ஆரம்பிக்கும். இரண்டு பேர் மட்டும் உள்ள இடத்தில் ஒருவன் பேச்சை நிறுத்திவிட்டால் நாராசமாகிவிடும். கருவாழைக்கரையில் இருந்து பெங்களூர் நெடுஞ்சாலை சற்றுத் தொலைவுதான். ஆயினும் குலதெய்வம் நினைத்தால் வந்துவிட முடியும் என்று தோன்றியது. ஆனால் தயாரிப்பாளர் என்ன நினைத்துக்கொண்டிருக்கிறார் என்று தெரியவில்லை. பெங்களூருக்குப் போய் பூஜை முடித்துச் சாப்பிடலாம் என்ற எண்ணத்தில் இருப்பாரேயானால் நான் செத்தேன்.

இந்த எண்ணம் தோன்றிய கணத்தில் அவர் வண்டிய ஓரம் கட்டிக்கப்பா என்று டிரைவரிடம் சொன்னார். அது உண்மையிலேயே மொட்டைப் பிராந்தியம். சாலையைத் தவிர இருபுறமும் ஒன்றுமேயில்லை. வண்டி நின்றதும் அவர் இறங்கி, என்னையும் இறங்கச் சொன்னார். காரின் டிக்கியைத் திறக்கச் சொல்லி, அங்கிருந்து ஒரு கூடையை எடுத்து வைத்தார். அதில் ஒரு மூன்றடுக்கு டிபன் கேரியர் இருந்தது.

இந்த ரூட்ல நல்ல கடைங்க இருக்காது சார். அதான் நைட்டே என் ஒய்ஃப்ட சொல்லி, காலைல சீக்கிரம் எந்திரிச்சி சமைச்சி கொண்டு வந்துட்டேன் என்றபடி கேரியரில் ஓர் அடுக்கை என்னிடம் கொடுத்தார். இன்னொன்றைத் தனது டிரைவருக்குக் கொடுத்துவிட்டு, மூன்றாவதைத் தான் எடுத்துக்கொண்டார். அவர் கொண்டுவந்திருந்தது உப்புமா.

கலை உலகில் பணம் கொடுக்காமல் ஏமாற்றும் நிறுவனங்களை உப்புமா கம்பெனி என்று சொல்வார்கள். பாதியில் எழுத ஆரம்பித்து, போதும் என்று பாதியிலேயே நிறுத்திக்கொண்டு வெளியே வந்த முந்தானை முடிச்சு நெடுந்தொடருக்குக் கூட கடைசி மாதச் சம்பளத்தை கவரில் போட்டு வீட்டுக்குக் கொடுத்தனுப்பியவர் அந்தத்

தயாரிப்பாளர். ஆனாலும் அன்றைய என் பசியை அவர் எடுத்து வந்திருந்த உப்புமாதான் தீர்த்தது.

நெடுஞ்சாலை ஓரம் நின்றபடி சாப்பிட்டு முடித்துத் தண்ணீர் குடித்ததும் உயிர் மீண்டாற்போல இருந்தது. குலதெய்வம் கைவிடவில்லை என்று நினைத்துக்கொண்டேன்.

மனெ தேவுரு எனக்குச் சில புதிய அனுபவங்களையும் புதிய மனிதர்களையும் தந்தது. அவற்றில் தலையாயது, சாரக்கி மஞ்சு என்கிற கன்னட எழுத்தாளரின் அறிமுகம். மஞ்சு பார்ப்பதற்கு நெடுந்தொடர்களில் வரும் அடியாள்களைப் போன்ற தோற்றத்தில் இருப்பார். நீண்ட தலைமுடியைக் கூந்தலாக அள்ளி முடிந்திருப்பார். அடர்ந்த தாடி இருக்கும். பார்வை சிறிது அச்சுறுத்தும். சற்றுத் தள்ளி நின்று பேசலாம் என்று பார்க்கும்போதே தோன்றும். ஆனால் அவர் அளவுக்குக் குழந்தை மனம் படைத்த எழுத்தாளர் ஒருவரை நான் கண்டதில்லை. மனெ தேவுருவில் என்னுடைய வசனங்களைக் கன்னடத்தில் மாற்றித் தந்தவர் அவர்தான்.

மனெ தேவுருவுக்கு எழுதத் தொடங்கியதுமே சிறிது காலம் என்னைத் தீவிரமாகப் பொருட்படுத்தலாம் என்று என் குலதெய்வம் முடிவு செய்திருக்க வேண்டும். அதன்பிறகு நடந்தவையெல்லாம் மாய யதார்த்தக் கதைச் சம்பவங்கள் போலவே இருந்தன. எப்போதும் இரண்டு தொடர்களுக்கு அதுவரை எழுதிக்கொண்டிருந்தவன் மூன்று, நான்கு, ஐந்து, ஆறு என்று எண்ணிக்கை உயர்ந்துகொண்டே சென்றதைக் கண்டு உண்மையிலேயே திகைத்துப் போனேன். இப்போது யோசித்துப் பார்த்தாலும் அந்தத் திகைப்பு அப்படியேதான் உள்ளது. உதவியாளர்களைக் கொண்டு எழுதும் வழக்கம் எனக்கில்லை. எதுவானாலும் என் சொல்லாக இருக்க வேண்டும் என்று நினைப்பேன். நான் பேசி, பதிவு செய்து அனுப்பும் வசனங்களைத் தட்டச்சு செய்து தருவதற்கு

மட்டும் ஒருவரை அமர்த்திக்கொண்டேன். அப்படியுமே ஒவ்வொரு நாளும் ஆறு தொடர்களுக்கு எழுதுவது என்பது நம்ப இயலாத, நடைமுறை சாத்தியமில்லாத செயல். எப்படியோ அது எனக்கு நடந்தது.

உள்ளூர் படப்பிடிப்புகளுக்கெல்லாம் எழுதி முடித்துவிட்டு மனெ தேவுருவுக்கு எழுத அமர்வதற்குப் பெரும்பாலும் நள்ளிரவாகிவிடும். மஞ்சு அது குறித்து என்றுமே சலித்துக்கொண்டதில்லை. நான் எவ்வளவு நேரம் எடுத்துக்கொண்டு அனுப்பினாலும் காத்திருந்து வசனங்களைக் கன்னடத்துக்கு மாற்றி அனுப்புவார்.

அந்தத் தொடர் வெளியானபோது பார்த்த சில கன்னட நண்பர்கள் வசனத்தைத் தனியே குறிப்பிட்டுப் பாராட்டினார்கள். இது இத்துறையில் எப்போதாவது மட்டுமே நிகழ்வது. மிக நிச்சயமாக என்னைக் காட்டிலும் மஞ்சுவின் பங்கு அதில் பெரிது. எனக்கு அதில் சந்தேகமே இருக்கவில்லை. தமிழ் முந்தானை முடிச்சு ஆயிரத்துக்கும் மேற்பட்ட எபிசோடுகள் ஒளிபரப்பாகித்தான் ஓய்ந்தது. மனெ தேவுருவும் அப்படித்தான் ஆகியிருக்க வேண்டும். எதனாலோ என்னைப் பொருட்படுத்திய குலதெய்வம், மனெ தேவுருவைக் கவனிக்கத் தவறிவிட்டது.

இயக்குநரை மாற்றிப் பார்த்துப் பயனில்லை. தயாரிப்பாளர் என்னிடம் ஆர்வமுடன் விவரித்த அந்தக் கடத்தல் கட்டத்தை நேர்த்தி குன்றாமல் எடுத்துக் கொடுத்தும் பயனில்லை. என்னென்னவோ செய்து பார்த்தும் ரேட்டிங் சரியில்லை என்று சொல்லிவிட்டார்கள். அந்தத் தொடர் 111 எபிசோடுகள் ஒளிபரப்பாகியிருந்தபோது முடித்துக்கொள்ளப்பட்டது.

10. இயந்திரம் அல்லது பைத்தியம்

இரண்டாயிரத்துப் பதினோறாம் ஆண்டு ஆகஸ்டு மாத இறுதியில் கிழக்கு பதிப்பகத்தில் பதிப்பாசிரியர் பணியை ராஜிநாமா செய்தேன். இன்னோர் இடத்தில் வேலைக்குச் செல்லக்கூடாது என்று உறுதியாகத் தோன்றியிருந்தது. இதற்குப் பல காரணங்கள் உண்டு. எனக்கு முக்கியமான காரணம், சலம்-உரி-யதி என்ற மூன்று பெரும் நாவல்களுக்கான முதல் வித்து அப்போது மனத்தில் விழுந்திருந்ததுதான். அவற்றை எழுதுவதற்கு மாபெரும் அமைதியும் நிதானமும் கூர்ந்த-இடைவெளியில்லாத கவனமும் தேவை என்று தோன்றியது. தவிர ஏராளமாகப் படிக்கவும் பயிலவும் வேண்டியிருந்தது. எழுத்துக்கு அப்பால் இன்னொரு பொறுப்பை ஏற்கும்போது அது நடக்க வாய்ப்பில்லை. அம்மூன்று நாவல்களில் எது ஒன்றைத் தொடங்குவதென்றாலும் அதற்கு முன்னோட்டமாக ஒன்றிரண்டு நாவல்களை எழுதிப் பார்க்க வேண்டும் என்றும் நினைத்தேன். அதற்கு முன்னால் நான் பெரிய நாவல்களை எழுதியதில்லை. அலகிலா விளையாட்டு போன்ற சிறிய முயற்சிகள் சில செய்திருந்தேன். நடுவே பத்தாண்டுக் காலம் புனைவெழுத்தின் தொடர்பே இல்லாமல் அரசியல் புத்தகங்கள் மட்டுமே எழுதிக்கொண்டிருந்தேன். இவ்வளவுக்கும் அப்பால்

தொலைக்காட்சித் தொடர்களுக்கு வசனம் எழுத ஆரம்பித்து, அதில் மூழ்கிப் போய்விட்டிருந்தபடியால் என் நாவல் மொழி எந்த லட்சணத்தில் இருக்கும் என்றும் ஊகிக்க முடியவில்லை. அது பழுதடைந்திருக்குமானால் முதலில் சரி செய்தாக வேண்டும். எல்லாவற்றையும் எண்ணித்தான் வேறு வேலைக்கு இனி செல்ல வேண்டாம் என்று முடிவு செய்தேன். என் மனைவி அதற்கு ஒப்புக்கொண்டதால் வீட்டில் சிக்கல் இல்லாமல் போனது. எழுதிக்கொண்டிருக்கும் ஒன்றிரண்டு தொலைக்காட்சித் தொடர்கள் மூலம் கிடைக்கும் வருமானம் குடும்பம் நடத்தப் போதும் என்று முடிவு செய்துகொண்டு, வீட்டில் அமர்ந்தேன்.

எப்போதும் இரண்டு என்னும் என் வழக்கமான ராசி மட்டும் உடன் இருக்கும் என்று நினைத்தேன். அது விபரீத ராஜயோகமாக உருமாற்றம் கொள்ளும் என்று தோன்றவில்லை. மனெ தேவுருவுக்கு எழுதத் தொடங்கிய ஓரிரு வாரங்களில் ராடன் நிறுவனத்தில் இருந்து அழைத்தார்கள். சிவசங்கரி என்ற அவர்களுடைய வாராந்திர சீரியலுக்குத் திரைக்கதை எழுதச் சொல்லிக் கேட்டார்கள். வாரத் தொடர், அதுவும் பக்தித் தொடர்; இதற்குத் திரைக்கதை எழுதினால் பெரிய பாதிப்பு இராது என்று தோன்றியதால் சரி என்று சொன்னேன். ஆனால் சிவசங்கரி எழுதத் தொடங்கிய ஒரு சில வாரங்களில் ராடன் தயாரித்துக்கொண்டிருந்த செல்லமே என்ற தினசரித் தொடருக்கு வசனம் எழுதக் கேட்டார்கள். அது ராதிகா நடித்துக்கொண்டிருந்த தொடர். முதல் முறையாக அவருக்கு எழுதக் கேட்டதால் மறுக்கத் தோன்றவில்லை. நான்கு தொடர்களுக்கு வசனம், வாரத் தொடர் ஒன்றுக்குத் திரைக்கதை. இதற்கு மேலே கூடவே கூடாது என்று நினைத்துக்கொண்டு எழுதிக்கொண்டிருந்தேன்.

ஒரு நாள் தயாரிப்பாளர் ஜே. கிருஷ்ணசாமி போன் செய்து, கொஞ்சம் உடனே வர முடியுமா என்று

கேட்டார். அபிநயா க்ரியேஷன்ஸ் என்கிற அவரது நிறுவனத்துக்கு வளையோசை என்றொரு கதை சொல்லியிருந்தேன். அது ஏற்கப்பட்டு எழுத ஆரம்பித்து ஓரிரு மாதங்கள் படப்பிடிப்பும் நடந்தது. ஏனோ அந்தத் தொடர் ஒளிபரப்பாகவில்லை. ஜேகேவுக்கு அதில் நிறைய நஷ்டம் ஏற்பட்டிருக்கும். எனக்கு இரண்டு மாத சம்பள நஷ்டத்துடன் அது முடிந்தது. மீண்டும் போன் செய்து அழைத்தவர்,

ஏன் எதற்கு என்று கேட்காதீர்கள். உடனே இன்னொரு கதை சொல்லுங்கள் என்றார்.

பத்து நாள் அவகாசத்தில், 'தேவதை' என்றொரு கதையைச் சொன்னேன். அது அவருக்குப் பிடித்தது. அப்போதே பத்தாயிரம் ரூபாய் அட்வான்ஸ் கொடுத்து, இதை உடனே தொடங்குகிறோம் என்று சொன்னார். வளையோசை எதனால் ஒளிபரப்பாகவில்லை என்று இன்றுவரை எனக்குத் தெரியாது. தேவதை ஏன் உடனே ஏற்கப்பட்டு ஒளிபரப்பானது என்பதற்கும் காரணம் தெரியாது.

உண்மையைச் சொல்வதென்றால் அந்நாள்களில் எதற்கும் காரண காரியங்களை யோசித்துத் தெளிய எனக்கு நேரம் இல்லை. ஆறு நெடுந்தொடர்கள். அதில் ஐந்துக்கு வசனம் எழுத வேண்டும். சிவசங்கரிக்கு மட்டும் திரைக்கதை.

முத்தாரத்துக்கு சுந்தர் கே விஜயன் இயக்குநர். முந்தானை முடிச்சுக்கு செல்வம். மனெ தேவுருவுக்கு கௌதமன். சிவசங்கரிக்கு தங்கபாண்டியன். செல்லமேவுக்கு ஓ.என். ரத்னம். தேவதைக்கு நீராவி பாண்டியன். இந்தப் பட்டியலில் உள்ள கௌதமனைத் தவிர மற்ற அனைத்து இயக்குநர்களும் சுந்தர் கே விஜயனின் மாணவர்கள். பல்வேறு காலக்கட்டங்களில் அவரிடம் பணி புரிந்து கற்றவர்கள். அன்றைக்கு சன் தொலைக்காட்சியில் ஒளிபரப்பான பெரும்பாலான தொடர்களின் இயக்குநர்கள் சுந்தர் கே விஜயனின் மாணவர்களாகவே

இருந்தார்கள். அவர் வெளியே தெரியாமல் ஒரு கல்லூரி நடத்தி, மாணவர்களைத் தயார் செய்து அனுப்பிக்கொண்டே இருந்தார். அவரேகூட எண்ணிப் பார்க்காத விதத்தில், அவரது மாணவர்கள் இயக்கிய தொடர்களுக்கெல்லாம் வரிசையாக என்னை எழுத அழைத்துக்கொண்டே இருந்தார்கள். இது தற்செயல்தான். ஏனென்றால், தொலைக்காட்சி உலகில் எழுத்தாளர்களை இயக்குநர்கள் தேர்ந்தெடுப்பதில்லை. இயக்குநர் முதல் கடைசிப் பணியாளர் வரை அனைவரையும் தயாரிப்பாளர்களே தேர்ந்தெடுப்பார்கள். சில சமயம் இயக்குநர்களின் கருத்துக்கு மதிப்பளிப்பார்கள். அது பெரும்பாலும் தொடர் வெற்றி பெற்றதற்குப் பிறகு நடக்கும். வெற்றியை நோக்கிய பயணமாக அது இல்லாது போகுமானால் இயக்குநர் இருக்க மாட்டார்.

அது இருக்கட்டும். தொலைக்காட்சித் தொடர் தயாரிப்பில் இயக்குநர்களோ, திரைக்கதை ஆசிரியர்களோ, வசன கர்த்தாக்களோ, ஒளிப்பதிவாளர்களோ இதர துறைகளைச் சேர்ந்த யாருமேகூடத் தனி நபர்களாகப் பணிபுரிவதில்லை. ஒரு சில உதவியாளர்கள் அனைவருக்குமே அவசியம் தேவைப்படுவார்கள். ஏனென்றால் அது அன்றாடத் துறை. விடிந்தால் சமைக்க வேண்டும், உண்ண வேண்டும், வேலைக்குச் செல்ல வேண்டும், மூச்சு விட வேண்டும் என்பது போல ஒவ்வொரு நாளும் தொடர் ஒளிபரப்பாகிக்கொண்டே இருந்தாக வேண்டும். ஒரு சில பண்டிகை நாள்களைத் தவிரத் தொடர்களுக்கு விடுமுறை இருக்காது. கலைத்துறை என்று பொதுவாகச் சொன்னாலும் கலையெல்லாம் அங்கே இராது. பண்டைய சபா நாடகங்களின் சற்றே நவீனமாக்கப்பட்ட வடிவம் என்று சொல்லலாம். அதன் முக்கியமான நேயர்களான நடுத்தர வயதுக் குடும்பப் பெண்கள் முன்னர் லஷ்மி, அநுத்தமா, ரமணி சந்திரன் போன்றோரின் கதைகளைப் படித்துக்கொண்டிருந்தார்கள். தொழில்நுட்பம் வளர்ந்த காலத்தில் அவர்கள் படித்த கதைகளைப் பார்க்க

விரும்பினார்கள். அவ்வளவுதான். சமரசமின்றி இதைப் புரிந்துகொள்வதும் ஏற்றுக்கொள்வதும்தான் இந்தத் துறையில் நிற்பதற்கும் நிலைப்பதற்கும் வழி. எனவே ஒவ்வொரு பணியையும் ஒன்றுக்கு மேற்பட்டவர்கள் இணைந்து செய்வது என்பது துறை நடைமுறையாக இருந்தது. என்னுடைய சிக்கல் அதில் தொடங்கியது.

எழுதுவது என்பதை ஒரு கூட்டுப் பணியாக என்னால் என்றுமே எண்ண முடிந்ததில்லை. இருவேறு நபர்கள் ஒரு கதையைப் பிய்த்துப் பிய்த்து வைத்துக்கொண்டு எழுதுவது சாத்தியமே இல்லை என்று தோன்றியது. ஆனால் அப்படி நினைப்பதே ஒரு அபத்தம் என்று எல்லோரும் சொன்னார்கள். நான் தொலைக்காட்சித் தொடர்களுக்கு எழுதலாம் அல்லது எழுதுவேன் என்பது ஒரு சிந்தனையாகக் கூட எழுந்திராத காலத்தில் ஒருமுறை வேறொரு பணி நிமித்தம் ஒரு தொடர் எழுத்தாளரின் அலுவலகத்துக்குப் போகவேண்டியிருந்தது. நான் சென்றிருந்த சமயம் அந்த எழுத்தாளர் அலுவலகத்தில் இல்லை. வந்துவிடுவார், காத்திருங்கள் என்று அங்கே இருந்தவர்கள் சொன்னார்கள். காத்திருந்த பத்திருபது நிமிடங்களில் நான் கண்ட காட்சியை வாழ்நாளில் மறக்க மாட்டேன்.

அந்த அலுவலகத்தின் ஓர் அறையில் நான்கைந்து பாய்கள் விரிக்கப்பட்டு, சுற்றிலும் ஏழெட்டுப் பேர் உட்கார்ந்திருந்தார்கள். ஒவ்வொருவர் கைகளிலும் வெள்ளைத் தாள்கள் சொருகிய பரீட்சை அட்டையும் பேனாவும் இருந்தது. எழுதி முடித்த தாள்கள் கீழே கிடந்தன. எழுதாத உதவியாளர் ஒருவர் அந்தத் தாள்களை வரிசைப்படுத்தி அடுக்கி, தனித்தனி பைல்களில் போட்டு வைத்தார்.

நான் சந்திக்கச் சென்றிருந்த எழுத்தாளரிடம் அது குறித்து விசாரித்தபோது, அவர்கள் அனைவருமே அவர் எழுதிக்கொண்டிருந்த இரண்டு தொடர்களுக்கும் உதவியாளர்களாகப் பணிபுரிபவர்கள் என்று

சொன்னார். முதலில் கூடிப் பேசி, காட்சிகளை ஒழுங்கு செய்துகொண்டுவிடுவார்கள். பிறகு ஒவ்வொருவரும் எழுத வேண்டிய காட்சிகளை அவர் குறித்துக் கொடுத்துவிடுவார். அல்லது டேப் ரெக்கார்டரில் பதிவு செய்து கொடுத்துவிட்டுச் சென்றுவிடுவார். அவர்கள் அதைக் கேட்டு, தமக்குத் தோன்றியபடி காட்சியை விரித்து எழுதிக் கொடுப்பார்கள்.

இப்படியெல்லாம் எழுத முடியுமா என்று அவரிடம் அன்று வியப்புடன் கேட்டேன். பழகிவிட்டதாகச் சொன்னார். பிறகு நானே அந்தத் துறைக்கு எழுதச் சென்றபோது பெரும்பாலான எழுத்தாளர்கள் அப்படித்தான் எழுதிக்கொண்டிருந்தார்கள் என்பது தெரிந்தது. நான் கண்ட அந்தக் குறிப்பிட்ட அலுவலகத்தில் இருந்த ஏழெட்டு உதவியாளர்கள் போல எல்லோருக்கும் இருப்பதில்லை என்றாலும் குறைந்தபட்சம் ஓர் உதவியாளராவது இல்லாமல் யாருமில்லை என்பது தெரிந்தது.

ஆறு தொடர்களுக்கு ஒவ்வொரு நாளும் எழுத வேண்டி வந்தபோது அதைத்தான் நினைத்தேன். ஒரு பக்கம் நான் அவ்வளவு தொடர்களுக்கு எழுத ஒப்புக்கொண்டது பைத்தியக்காரத்தனம் என்று தோன்றிக்கொண்டே இருந்தது. இன்னொரு பக்கம், வாய்ப்பு வரும்போது செய்து பார்த்தால்தான் என்ன என்றும் தோன்றியது. ஆனால் நிச்சயமாக என் பணியைச் செய்ய இன்னொருவரைச் சேர்த்துக்கொள்ளலாம் என்று தோன்றவில்லை.

காலை ஏழு மணிக்குப் படுக்கையில் இருந்து எழுந்திருப்பேன். காலைக்கடன், குளியல், சாப்பாடு, வீட்டு வேலைகள் அனைத்தையும் ஒன்பது மணிக்குள் முடித்துக்கொண்டு எழுத உட்கார்ந்தால் மதியம் ஒரு மணி வரை எழுதுவேன். பிறகு மதியச் சாப்பாடு. அரை மணி நேரம் சும்மா இருந்துவிட்டுப் படுத்து, நாலரை

வரை தூங்குவேன். எழுந்து காப்பி குடித்துவிட்டு ஐந்து மணிக்கு மீண்டும் அமர்ந்தால் எட்டு மணி வரை எழுத்து. எட்டு மணிக்குச் சாப்பிட்டுவிட்டு உட்கார்ந்தால் ஒன்று அல்லது இரண்டு மணி வரை எழுத்து. அன்றைய வசனப் பணிகள் முடிந்ததும் கட்டாயமாக ஆயிரம் சொற்கள் எனக்கென ஏதாவது எழுதுவேன். சிறுகதையாக இருக்கலாம். நாவலின் ஏதாவது அத்தியாயமாக இருக்கலாம். சிறியதொரு கட்டுரையாக இருக்கலாம். ஏதோ ஒன்று. ஒவ்வொரு நாளும் என் மொழி என் கட்டுப்பாட்டில்தான் உள்ளது என்பதை உறுதி செய்துகொள்ள அது எனக்குத் தேவைப்பட்டது. எழுதி முடித்து, அனுப்பிவிட்டுப் படுத்தால் மீண்டும் காலை ஏழு மணிக்கு மறுநாள் தொடங்கும்.

இந்த நடைமுறை ஓரிரு நாள்களுக்கோ, ஒரு சில மாதங்களுக்கோ அல்ல. கிட்டத்தட்ட நாலரை வருடங்கள் என்னுடைய அன்றாடம் இவ்வாறுதான் இருந்தது. எழுதுவது, சாப்பிடுவது, தூங்குவது. மீண்டும் எழுதுவது, சாப்பிடுவது, தூங்குவது. இந்நாள்களில் என் மனைவி மற்றும் ஷெட்யூல் டைரக்டர்களைத் தவிர வேறு யாருடனும் நான் அதிகம் பேசவில்லை. பண்டிகைகள், குடும்ப விசேடங்கள், திருமணங்கள் போன்ற எதிலும் கலந்துகொள்ளவில்லை. திரைப்படங்களுக்குச் செல்லவில்லை. வீட்டை விட்டு வெளியே செல்வதென்பதே மாதம் ஒரு முறை அல்லது இரு மாதங்களுக்கு ஒருமுறை நடக்கிற விஷயமாக இருந்தது.

இந்தக் காலகட்டத்தில் ஒருநாள் என் மனைவியின் தாயார் காலமானார். அந்நாளை என்றுமே நான் மறக்க மாட்டேன். காலை தூங்கி எழுந்து அன்றைய பணிகளைத் தொடங்க ஆயத்தமாகிக்கொண்டிருந்தபோது செய்தி வந்தது. அதிர்ச்சியும் வருத்தமும் மனத்துக்குள் மூளும்போதே அச்சம் கவ்விப் பிடித்துக்கொண்டது. ஒரு நாள் நான் எழுதாமல் போனால் மறுநாள்

ஆறு படப்பிடிப்புகள் நடக்காமல் போகும். ஒரு வசனகர்த்தாவின் மாமியார் மறைவுக்காக சன் டிவியில் ஒளிபரப்பாகிக்கொண்டிருந்த ஆறு தொடர்களுக்கு ஒரு நாள் விடுமுறை விட முடியாது. வேறு யாராவது எழுதத்தான் வேண்டும். படப்பிடிப்புகள் நடக்கத்தான் வேண்டும்.

அப்போதுதான் ஓர் உதவியாளர் இல்லாததன் அபாயத்தை முதல் முறை உணர்ந்தேன். ஆனால் அதற்கெல்லாம் கவலைப்பட்டுக்கொண்டிருக்க முடியாது. அன்றைய பகல் பொழுதில் எழுதாமல் விட்டால் முழு இரவும் அமர்ந்து எவ்வளவு எழுத முடியும் என்று உடனே கணக்கிட்டேன். அனைத்து இயக்குநர்களையும் அழைத்து விவரம் சொன்னால் அவர்கள் புரிந்துகொண்டு சில சலுகைகளைத் தரலாம் என்று தோன்றியது. இதையெல்லாம் நான் யோசித்துக்கொண்டிருந்தபோது, புறப்பட்டுவிட்டிருந்த என் மனைவி தனது துயரத்தை மறைத்துக்கொண்டு சொன்னாள்,

நான் முன்னாடி போயிடுறேன். நீங்க எல்லா ஷூட்டிங்குக்கும் முதல் காட்சி மட்டும் எழுதி வெச்சிட்டு அப்றமா வாங்க.

மிக எளிய தீர்வு. ஆனால் தன் தாயார் இறந்திருந்த சூழ்நிலையில் இன்னொரு பெண்ணால் அதைச் சிந்தித்திருக்க முடியுமா என்று எண்ணிப் பார்த்தேன். எனக்குப் பேச்சு வரவில்லை. மானசீகமாக அவளை வணங்கவே தோன்றியது.

அந்தச் சம்பவத்துக்குப் பிறகு ஒரு முடிவு செய்து, ஒரு டைப்பிஸ்டை உதவியாளராக அமர்த்திக்கொள்ளத் தீர்மானித்தேன். அவர் சிந்திக்கப் போவதில்லை. அவராகக் காட்சிகளை உருவாக்கப் போவதில்லை. வசனம் எழுதவும் போவதில்லை. நான் மொத்தக் காட்சியையும் முதல் சொல்லில் இருந்து இறுதிச் சொல்வரை பேசி, பதிவு செய்து கொடுத்துவிட்டால்

அதை அப்படியே தட்டச்சு செய்து கொடுத்துவிடுவார். போதும்.

எழுதுவதினும் பேசிப் பதிவு செய்யும்போது கணிசமான நேரம் மீதமாகும் என்று தோன்றியது. ஆனால் எனக்கு எழுதும் வேகத்தில் வசனங்களைச் சொல்ல வருமா என்று சந்தேகமாக இருந்தது. அந்தக் காலகட்டத்தில் நான் டைப் செய்யும் வேகம் கற்பனைக்கு அப்பாற்பட்டதாக இருக்கும். இரண்டு லேப்டாப்களை அருகருகே வைத்துக்கொண்டு இரண்டு வெவ்வேறு தொடர்களின் காட்சிகளை அடுத்தடுத்து ஒரே சமயத்தில் எழுதுவேன். ஒன்றில் சிறிது வேகம் குறைந்து சிந்திக்க நேரும்போது அடுத்ததை எழுத ஆரம்பித்துவிடுவது. அதை எழுதிக்கொண்டிருக்கும்போதே, இங்கே விட்ட இடத்தை எப்படித் தொடர்வது என்று யோசித்து வைத்து, அது முடிந்ததும் இதைத் தொடர்ந்து முடிப்பது. இயந்திரம் அல்லது பைத்தியம் மட்டும்தான் அப்படியெல்லாம் வேலை செய்ய முடியும்.

அன்று நான் அதைச் செய்தேன். ஆனால் ஒரு திருப்தி இருந்தது. எவ்வளவு வேகமாக எழுதினாலும், எத்தனைத் தொடர்களுக்கு எழுதினாலும் ஒரு குறைந்தபட்சத் தரக் கட்டுப்பாட்டு எல்லை வைத்திருந்தேன். அதற்குக் கீழே என்றுமே இறங்கியதில்லை.

சிலவற்றை எண்ணிப் பார்த்தால் இப்போதும் புன்னகை எழும். திடீரென்று படப்பிடிப்பில் இருந்து இயக்குநர்கள் அழைப்பார்கள். பெரும்பாலும் ரத்னம் அல்லது செல்வமாக இருக்கும். அன்று எழுதி அனுப்பிய காட்சிகளில் இருந்து ஏதாவது ஓரிடத்தை - ஒரு வசனத்தைக் குறிப்பிட்டுப் பாராட்டிவிட்டு, ‘எப்டி சார் இப்படி?’ என்பார்கள். ‘விடுங்க. தெரியாம தப்பு நடந்திருச்சி’ என்று சொல்வேன். சிரிப்பார்கள். முன் சொன்னதுதான். தொலைக்காட்சித் தொடர்களில் நல்ல வசனம், சிறந்த வசனம் என்பது தன்னியல்பாக

எப்போதாவது வந்து விழும். அது பெரும்பாலும் எழுதுபவர் கவனத்தில்கூடத் தட்டுப்பட்டிருக்காது. யாராவது எடுத்துச் சொல்லும்போதுதான் அது ஒரு நல்ல வசனம் என்று நினைக்கத் தோன்றும்.

கிழக்கு பதிப்பகத்தில் நான் வேலை பார்த்துக்கொண்டிருந்தபோது அங்கே டைப்பிஸ்டாக இருந்த பால கணேஷ் அப்போது வேலை தேடிக்கொண்டிருந்தார். எனக்கு வசனம் தட்டச்சு செய்து தர வருகிறீர்களா என்று கேட்டேன். மகிழ்ச்சியுடன் ஒப்புக்கொண்டு வேலைக்கு வந்து சேர்ந்தார். நான் ஆறாயிரம் ரூபாய் செலவில் ஒரு சோனி ரெக்கார்டர் வாங்கிக்கொண்டேன். வசனங்களை அதில் சொல்லி, பதிவு செய்யப் பழக ஆரம்பித்தேன்.

ஒன்று புரிந்தது. மனிதனால் முடியாததென்று எதுவும் இல்லை. அவசியங்களும் நெருக்கடிகளும் நிர்ப்பந்தங்களும் எதையும் செய்ய வைக்கும். வாயைத் திறந்து சேர்ந்தாற்போல நான்கைந்து சொற்களுக்கு மேலே வீட்டில்கூடப் பேசாதவன் நான். மூச்சு விடாமல் பத்து, பதினைந்து நிமிடங்களில் ஒரு காட்சியை இருவரோ மூவரோ நால்வரோ பேசுவது போலப் பேசிப் பதிவு செய்ய முடிந்தது. பதிப்புத் துறையில் என்னுடன் இருந்தவர் என்பதால் பால கணேஷுக்கு என் தேவைகள் எப்படிப்பட்டவை என்பது தெரியும். நானறிந்து பிழையே இன்றித் தட்டச்சு செய்யத் தெரிந்த ஒரே நபர் தமிழில் அவர்தான். காரணம், அவருக்கு அடிப்படைத் தமிழ் இலக்கணம் தெரியும். பிழைபடாத மொழியில் எழுதவும் அறிந்தவர்.

அவர் உதவிக்கு வந்த பிறகு அன்றன்றைய பணிகளை முடித்துவிட்டு நாவல் எழுத அமர்வதற்கு இன்னும் கூடுதலாக நேரம் கிடைத்தது. 2015 ஆம் ஆண்டு தொடக்கத்தில் யதியை எழுத ஆரம்பித்து, சரியாக வராமல் நிறுத்தினேன். மீண்டும் தொடங்கி, மீண்டும்

நிறுத்தினேன். வேறொரு நாவலை எழுதிவிட்டு இதை முயற்சி செய்து பார்க்கலாம் என்று எண்ணி பூனைக்கதையை 2016 இல் எழுத ஆரம்பித்தேன். அதன் ஒரு பகுதி நான் அன்று பழகிய மனிதர்களின் வாழ்வாகவே இருந்தபடியால் பெரிய சிரமங்கள் இருக்காது என்று தோன்றியது.

அந்நாவலை எழுதி முடிக்க ஓராண்டுக் காலம் ஆனது. பிறகு செப்பனிடுவதற்கு நான்கைந்து மாதங்கள். நான் என்ன நினைத்தேனோ அதை அந்நாவலில் சரியாகச் சொல்லியிருந்ததாகத் தோன்றியது. இதே தொலைக்காட்சித் தொடர்களின் உலகில் ஒரு சிறிய சந்தில் வசிப்போரின் வாழ்க்கையை அந்நாவல் பேசும். பூனைக்கதைக்கு நிறைய மதிப்புரைகள் வந்தன. பரவலாகப் படிக்கப்பட்டு, பேசப்பட்ட நாவலாக அமைந்தது. வாசகசாலை என்ற அமைப்பு சிறந்த நாவல் என்று விருதுகூடக் கொடுத்தது. துறையில் இருந்தவர்கள்தான் யாரும் படிக்கவில்லை.

நாவல் படிக்கும் அளவுக்கு நெடுந்தொடர் உலகில் யாருக்கும் நேரம் இருப்பதில்லை.

11. ஐஸ் க்ரீம், மோர்க்குழம்பு கலந்த ரசம் சோறு

2012 ஆம் ஆண்டு ஜூலை மாதத் தொடக்கத்தில் முதல் முதலாக ராடன் நிறுவனத்துக்குச் சென்றேன். அப்போது அவர்கள் தயாரிப்பில் ஒளிபரப்பாகிக்கொண்டிருந்த செல்லமே என்ற தொடருக்கு வசனம் எழுதக் கூப்பிட்டிருந்தார்கள். தி நகர் அபிபுல்லா சாலையில் இருந்து பிரியும் ஒரு வீதியில் அப்போது ராடன் அலுவலகம் இருந்தது. (பிறகு தேனாம்பேட்டைக்கு இடம் மாறியது.) நல்ல, பெரிய இடம். காம்பவுண்ட் சுவருக்குள் நிறைய மரங்களுக்கு நடுவே புராதனமான குடோன் போன்ற தோற்றத்தில்தான் ராடனும் இருந்தது. ஆனால் அலுவலகத்தின் உள்புறம் அப்படி இல்லை. அது அலுவலகம் போலத்தான் இருந்தது. வரவேற்பறையில் இருந்த ஒரு சிறிய கோயில் செட் அது ஒரு சினிமா கம்பெனி என்பதை உறுதி செய்தது.

முரளிராமன் என்கிற அதிகாரி அப்போது ராடனின் தலைமை நிர்வாகியாக இருந்தார். அவரை எனக்குத் தெரியும். கெட்டிமேளம் தொடர் ஜெயா டிவியில் ஒளிபரப்பாகக் காரணமாக இருந்தவர் அவர். 2004 ஆம் ஆண்டு ஓரிரு முறை அவரைச் சந்தித்திருக்கிறேன். பிறகு தொடர்பு இல்லை. அவர் எப்போது ராடனுக்கு இடம் மாறி வந்தார் என்று எனக்குத் தெரியாது.

செல்லமேவுக்கு ஒரு புதிய வசனகர்த்தா வேண்டும் என்ற பேச்செழுந்தபோது அவர் என் பெயரை நினைவுகூர்ந்து குறிப்பிட்டிருக்கிறார்.

எனக்கு வேறொரு சம்பவம் நினைவுக்கு வந்தது. இதே ராடன். இதே செல்லமே. இதற்குப் பல மாதங்கள் முன்பு ராடனில் பணியாற்றிக்கொண்டிருந்த வேறொரு அதிகாரி மூலமாக ஓர் அழைப்பு வந்தது. அப்போது நான் ராடன் அலுவலகத்துக்குச் செல்லவில்லை. கதை விவாதம் நடந்துகொண்டிருந்த விடுதிக்குச் சென்று அவரைச் சந்தித்தேன். அவர் பெயர் சுபா வெங்கட். விகடனில் பணியாற்றிய பத்திரிகையாளர். நெடுங்காலம் கே. பாலசந்தரின் கவிதாலயா (பால கைலாசத்தின் மின் பிம்பங்கள் என்று சொல்வது இன்னும் சரியாக இருக்கும்.) நிறுவனத்தில், அவர்கள் தயாரித்த தொடர்களுக்குப் பணியாற்றிவிட்டு ராடனுக்கு வந்திருந்தார்.

அப்போது செல்லமேவை இயக்கிக்கொண்டிருந்தவர் விக்கிரமாதித்தன். பல வருட இடைவெளிக்குப் பிறகு நாங்கள் ஒருவரையொருவர் பார்த்துக்கொண்டபோது இருவருமே சரியாகப் பேசிக்கொள்ள முடியாமல் சங்கடப்பட வேண்டியிருந்தது. தவிர அன்று கதைக்கு அப்பால் நடைபெற்ற ஏதோ ஒரு விவாதத்தில் சிக்கல் ஏற்பட்டு நிர்வாகத் தரப்புக்கும் இயக்குநர் தரப்புக்கும் பலத்த சண்டையாகிவிட்டது. பல நிமிடங்கள் அவர்கள் உக்கிரமாகச் சொற்போர் புரிந்துகொண்டிருந்ததைத் தொடர்பே இல்லாத தனி நபராக நான் வேடிக்கை பார்த்துக்கொண்டிருந்தேன்.

அம்மாதிரி சூழ்நிலையில் நான் அதற்குமுன் இருந்ததில்லை. அது ஒரு திட்டமிடப்படாத சண்டைக்காட்சியாக இருக்க வாய்ப்பில்லை என்று தோன்றியது. ஆயினும் அந்தக் காட்சிக்குத் தேவையோ அவசியமோ தொடர்போ இல்லாத என்னை ஏன் அன்றைக்கு வரச் சொன்னார்கள் என்றும் புரியவில்லை.

கருத்து வேறுபாடுகளால் பிரிந்திருந்த இரண்டு பேர் மீண்டும் இணைவதற்கு ஒரு வாய்ப்பு அமையும்போது அது இம்மாதிரி ஒரு தருணத்தில் நடக்க வேண்டாம் என்று தோன்றியது. ஏனோ அந்த சீரியலுக்கு நான் அப்போது எழுதப் போவதில்லை என்று மனத்தில் பட்டது. எண்ணியது போலவே ஓரிரு நாள்களில் இயக்குநர் மாற்றப்பட்டதாகச் சொன்னார்கள். புதிதாக வந்த இயக்குநருக்கும் நான் எழுதவில்லை. வேண்டாம் என்று சொல்லிவிட்டுப் போய்விட்டேன். எதனாலோ என்னால் ராடனில் பொருந்த இயலாது என்று அப்போது நினைத்தேன்.

முரளிராமனிடம் இந்தச் சம்பவத்தைச் சிறிது தயக்கத்துடன் தெரிவித்தேன். அவர் அதைப் பொருட்படுத்தியதாகத் தெரியவில்லை. எதையும் நினைத்துக்கொள்ளாமல் எழுதுங்கள் என்று சொன்னார். நான் அப்போது சினி டைம்ஸில் எழுதிக்கொண்டிருந்த மூன்று தொடர்களைப் பற்றிச் சொல்லி, நான்காவதாகத்தான் இதை ஒப்புக்கொள்ள வேண்டும் என்பதையும் நினைவூட்டினேன். பரவாயில்லை எழுதுங்கள் என்றார். உண்மையிலேயே இது எனக்கு வினோதமாகவும் வியப்பாகவும் இருந்தது.

தொலைக்காட்சித் தொடர் துறையிலேயே பிறந்து வளர்ந்து வாழ்ந்து வரும் திரைக்கதை ஆசிரியர்கள், வசனகர்த்தாக்கள் நூற்றுக்கணக்கில் உண்டு. அவர்கள் போக பாஸ்கர் சக்தி, தேவிபாலா, இந்திரா சௌந்தர்ராஜன் என்ற மூன்று புகழ்பெற்ற எழுத்தாளர்கள் அந்தத் துறையில் கோலோச்சிக்கொண்டிருந்தார்கள். முதல் தரப்பினரைப் போல எனக்குத் துறைசார் அறிவோ, தெளிவோ, சூக்குமங்களோ நிச்சயமாகக் கிடையாது. இரண்டாம் தரப்பினர், பத்திரிகை உலகில் இருந்து சென்றவர்கள் என்றபோதும் அந்தத் துறையின் நெளிவுசுளிவுகள் அனைத்தையும் கற்றுத் தேர்ந்து, அனைத்து விதங்களிலும் தம்மை அதற்கு

ஒப்புக்கொடுத்திருந்தார்கள். அவசரம், நெருக்கடி என்று வருமானால் - அது அநேகமாக வாரம் ஒருமுறை வரும் - தயாரிப்பு அலுவலகத்துக்கே நேரில் வந்து இரவு பகல் பாராமல் உட்கார்ந்து கதை பேசுவார்கள், படப்பிடிப்புத் தளத்தில் இயக்குநரின் கூடவே இருந்து உதவி செய்வார்கள். குமரேசன் என்றொரு திரைக்கதை ஆசிரியர். எழுதுவதோடு மட்டுமல்லாமல் எடிட்டரோடு அமர்ந்து காட்சிகளுக்கு விறுவிறுப்பேற்றவும் தெரிந்தவர். ஒரு தேவை என்று வருமானால் இயக்குநர் இல்லாதபோது தானே எழுதி, இயக்கியும் தந்துவிட்டுச் செல்லக் கூடியவர்.

எனக்கு அந்தத் திறமைகளெல்லாம் என்றுமே கிடையாது. எழுதுவேன். அவ்வளவுதான். ராடனில் முதல் நாள் முரளிராமனைச் சந்தித்தபோதுகூட, சார், என்னால் படப்பிடிப்புத் தளத்துக்கெல்லாம் சென்று எழுத முடியாது. என்னால் என் வீட்டில், என் மேசையில் மட்டுமே எழுத முடியும். மாதம் ஒருமுறை கதை விவாதத்துக்கு வரலாம். ஆனால் அடிக்கடி விவாதம் என்று அழைத்தீர்களானால் எனக்கு அதுவும் முடியாது என்று சொன்னேன். அவர், மேடத்திடம் சொல்லிவிடுங்கள் என்று சொன்னார். பிறகு ராதிகா சரத்குமார் அவர்களைச் சந்தித்தேன். அவரிடமும் அதைத்தான் சொன்னேன். என்னால் படப்பிடிப்புத் தளத்துக்கு வந்து எழுத முடியாது.

அவர், அது ஒரு பொருட்டே இல்லை என்பது போல, அதனால் பரவாயில்லை என்று சொன்னார்.

விசித்திரம்தான். ராடனுக்குச் செல்வதற்கு முன்னால் அவர்களைப் பற்றி நான் கேள்விப்பட்டிருந்தது வேறு. ராதிகாவுக்கு எழுத்தாளர்கள் எப்போதும் படப்பிடிப்பில் உடன் இருக்க வேண்டும். எந்தக் காட்சியை எப்போது எதற்காக என்னவாக மாற்றச் சொல்வார் என்று யாரும் கணிக்கவே முடியாது. ஏற்கெனவே தாம் கதை கேட்டு,

காட்சிவாரியாக விவாதித்து, ஒப்புக்கொண்டதுதானே; இதை இப்போது மாற்றச் சொல்கிறோமே என்றெல்லாம் அவர் யோசிக்க மாட்டார். ஒரு காட்சி பிடிக்கும்போது பிடித்திருக்கிறது என்று சொல்வதைப் போலவே அது பிடிக்காது போனாலும் உடனே சொல்லிவிடுவார். என்ன ஒன்று, அவருக்குப் பிடித்த காட்சிகள் அடிக்கடி பிடிக்காமல் போய்விடும். அதனால் பிடிக்காமல் போகும் நேரங்களில் எல்லாம் மாற்றி எழுதித் தர எழுத்தாளர்கள் படப்பிடிப்பில் இருந்தே ஆக வேண்டும். லியாகத் அலிகான், ராஜ்பிரபு போன்ற ராடன் எழுத்தாளர்களெல்லாம் ராதிகா படப்பிடிப்புக்கு வருகிற அனைத்து நாள்களிலும் அநேகமாகப் படப்பிடிப்புத் தளத்திலேயேதான் இருப்பார்கள் என்று சொன்னார்கள். இது மிகையாக இருக்கும் என்று தோன்றியது. ஆனால் ஒன்றுக்கு மேற்பட்டவர்கள் திரும்பத் திரும்ப அதையே சொன்னார்கள். அதனால்தான் ராதிகா அவர்களை நேரில் சந்தித்தபோது அறிமுகமான மறுவிநாடியே என்னால் படப்பிடிப்புத் தளத்துக்கு வர முடியாது என்று சொன்னேன். திருத்தங்கள் தேவைப்பட்டால் மட்டும்தான் அழைப்பேன் என்று அவர் சொன்னார். அநேகமாகத் தேவைப்படாது என்று நினைக்கிறேன் என்று சொன்னேன். அப்படியானால் வரவேண்டியிருக்காது என்று சொல்லிவிட்டுச் சிரித்தார்.

இது ஒரு நாடகக் காட்சி போலத்தான் அன்றைக்கு என் அருகே அமர்ந்திருந்தவர்களுக்குத் தோன்றியிருக்கும். எனக்குமே அந்த சந்தேகம் இருந்தது. முரளிராமன், சுபா வெங்கட், சுமி ரத்னம் போன்ற ராடன் அதிகாரிகளும் காவேரி மணி என்கிற அவர்களது கணக்காளரும் அப்போது அங்கே இருந்தார்கள். நான் அவர்கள் முகங்களைப் பார்த்தேன். எந்த உணர்ச்சியும் வெளியே தெரிந்துவிடக் கூடாது என்று அவர்கள் மிகவும் கவனமாக இருந்தது போலத் தோன்றியது. அதிகபட்சம் என்ன நடக்கும்? சரிப்பட்டு வராவிட்டால் சொல்லிவிட்டு

வெளியேறிவிடப் போகிறோம். அவ்வளவுதானே என்று நினைத்துக்கொண்டேன்.

செல்லமே, இரவு ஒன்பதரைக்கு ஒளிபரப்பாகிக் கொண்டிருந்தது. சன் தொலைக்காட்சியில் ஒன்பதரை மணி என்பது சிறப்பு அந்தஸ்து மிக்க நேரம். மற்ற நேரங்களில் ஒளிபரப்பாகும் தொடர்கள் ரேட்டிங்கில் சிறிது முன்பின்னாக இருந்தால் பெரிதாகப் பொருட்படுத்த மாட்டார்கள். ஆனால் ஒன்பதரை அப்படி அல்ல. உண்டு முடித்துக் குடும்பங்கள் கூடி அமரும் அந்த நேரத்தின் முக்கியத்துவம், அதன் விளம்பர வருமானம், ராதிகா என்கிற நட்சத்திரத்துக்காக அமர்கிற கூட்டம் கலையாதிருப்பதன் அவசியம் உள்ளிட்ட பல்வேறு காரணிகள் ஒருங்கிணைந்து அத்தொடரை யார் இயக்கினாலும் ஒழுங்குபெறச் செய்ய விடாமல் தடுத்துக்கொண்டிருந்தன. திரை உலகில் இது எப்போதும் நடப்பது. பெரிய தோல்விகள் நிகழும் இடம் என்பது பெரும்பாலும் பெரிய நட்சத்திரங்களின் படங்களாக இருக்கும். அப்படங்களை இயக்கியவர்கள் மிகப்பெரிய இயக்குநர்களாக இருப்பார்கள். அனைத்துத் துறைகளிலும் மிகச் சிறந்த வல்லுநர்கள் பணியாற்றியிருப்பார்கள். மக்களும் ஆர்வமுடன் எதிர்பார்த்த படமாக இருக்கும். ஆனாலும் வந்த வேகத்தில் முடங்கிப் போகும்.

இதன் காரணம் எளிமையானது. விவரிக்கத் தேவையில்லாதது. வெற்றிக்குரிய அனைத்து அம்சங்களும் தனது படத்தில் இருக்க வேண்டும் என்று நினைப்பார்கள். சோறுள்ள தட்டில் சாம்பார், ரசம், பாயசம், காரக் குழம்பு, மோர், ஐஸ் க்ரீம் என்று அனைத்தையும் ஒன்றாகக் கொட்டிப் பிசைந்துவிடுவார்கள். உண்ண முடியாது என்பதைத் தவிர அதில் வேறு குறைகள் இராது.

நான் சென்றபோது செல்லமே சுமார் நாநூறு எபிசோடுகள் ஓடி முடிந்திருந்தது. ஒன்றுக்கு மேற்பட்ட இயக்குநர்கள்

வந்து போயிருந்தார்கள். எழுத்தாளர்கள் எத்தனை பேர் என்று எனக்குத் தெரியாது. மேற்கொண்டு அதைச் செலுத்திக்கொண்டு செல்ல வேண்டுமானால் அந்த ஐஸ் க்ரீமும் மோர்க்குழம்பும் கலந்த ரசம் சோற்றை அப்படியே கொட்டிவிட்டு வேறொன்றைத்தான் செய்ய வேண்டும். நெடுந்தொடர்களில் ஒரு வசதி உண்டு. எந்தக் கதையையும் எங்கே வேண்டுமானாலும் கைவிட்டுவிட்டு இன்னொன்றை எடுத்துப் பிடித்துக்கொண்டு நகர்ந்துவிடலாம். ஏற்கெனவே இது நடந்ததே, இப்படி ஆனதே என்று ரசிகர்கள் நினைவுகூர முடியாதபடி திரைக்கதை அமைந்துவிட்டால் போதும். முன் சொன்னதுதான். அது அன்றாட உணவு. ஆறு மாதங்களுக்கு முன்னர் இலையில் என்ன இருந்தது என்பது யாருக்கும் நினைவில் இராது.

செல்லமேவுக்கு நான் எழுதச் சென்றபோது இயக்குநர், திரைக்கதை ஆசிரியர் அனைவருமே புதிதாக மாற்றப்பட்டிருந்தார்கள். எனவே முற்றிலும் புதிய அணி. ராடன் அன்று தயாரித்துக்கொண்டிருந்த வேறொரு தொடரான இளவரசியை இயக்கிக்கொண்டிருந்த ஓ.என். ரத்னம் என்பவரைச் செல்லமேவின் இயக்குநராக்கியிருந்தார்கள். குரு சம்பத்குமார், ஜோதி என்ற இரண்டு திரைக்கதை ஆசிரியர்கள் காட்சி உருவாக்கத்துக்கு நியமிக்கப்பட்டார்கள்.

அதுவரை ஓடிய கதையை எங்களுக்கு சுபா வெங்கட் சொன்னார். நானூறு எபிசோடுகள் என்பது மிக நீண்ட காலக்கட்டத்துக் கதை. அதை அப்படியே கைவிடுவது இயலாது. அதையே தொடர்வதென்றால் பழைய சிக்கல்கள் மீண்டும் தொடரும். ரேட்டிங் இருக்காது. என்ன செய்யலாம் என்று முரளிராமன் கேட்டார். ஓரிரு நாள் சிந்தித்துவிட்டுத் திரைக்கதை ஆசிரியர்கள் வேறொரு கதையைப் புதிதாக உருவாக்கிக் கொண்டு வந்து, ஒட்டுவது தெரியாமல் பழைய கதையில் அதை ஒட்டினார்கள். ராதிகா கதாநாயகி என்பதால் அவர்

இருந்தாக வேண்டும். வேறு வழியில்லை என்பதால் அவரது கணவராக நடித்தவரின் கதாபாத்திரமும் இருந்தாக வேண்டும். எனவே அவர்கள் இருவரின் வாழ்வில் உருவாகும் ஒரு புதிய சிக்கலைக் கண்டுபிடித்து, அதைப் பிடித்துக்கொண்டு கதையை அவர்கள் உருவாக்கினார்கள். புதிய கதாபாத்திரங்கள் வந்தன. புதிய களம் தேர்ந்தெடுக்கப்பட்டது. காட்சிகளைத் தயார் செய்து அவர்கள் கதை சொன்னார்கள். பழைய பாத்திரங்களில் தேவை இருந்த ஒன்றிரண்டை மட்டும் சேர்த்துக்கொண்டு நான் வசனம் எழுதத் தொடங்கினேன். விடுபடும் அனைத்தையும் கெட்ட கனவாக எண்ணி மறந்துவிட வேண்டும் என்று அனைவருக்கும் சொல்லப்பட்டது.

அன்றைய சூழ்நிலையில் செல்லமே அப்பட்டமாகப் பாதியில் நிறுத்தப்படும் என்று அநேகமாக அனைவருமே சொன்னார்கள். தயாரிப்பாளரே அதை எதிர்பார்த்திருக்கலாம். ரேட்டிங் அந்தளவுக்குச் சரிந்திருந்தது. இறுதி முயற்சியாகத்தான் அணியை மாற்றிப் பார்த்தார்கள் என்பது தெரிந்தது. ஒவ்வொரு நாளும் உண்மையிலேயே தீக்குள் விரல் வைக்கும் விதமாகத்தான் நகர்ந்தது. அந்தத் தொடரில் பணியாற்றிய அத்தனை பேரும் இரவு பகலாகப் பதற்றமாகவே இருந்தார்கள். தினமும் படப்பிடிப்புத் தளத்தில் நடக்கும் விவரங்களை ஷெட்யூல் டைரக்டராகப் பணிபுரிந்த சரவணனிடம் கேட்டுத் தெரிந்துகொள்வேன். இன்னிக்கு ஒண்ணும் பிரச்னை இல்ல சார். ஸ்மூத்தா போயிருச்சி என்று வேலையெல்லாம் முடிந்த பின்பு இரவு பத்தரை பதினொரு மணிக்கு அவர் போன் செய்து சொல்லும்போது அவர் குரலில் தெரிந்த நிம்மதி உணர்வை என்னால் மறக்கவே முடியாது.

மிக மோசமான தோல்வியுடன் முடிந்திருக்க வேண்டிய தொடர் அது. எப்படியோ திசை மாறி, மேலும் சில நூறு எபிசோடுகளைக் கடந்து ஒருவாறாக முடிந்தது.

வெற்றி என்று அதைச் சொல்ல முடியாது. கௌரவமான தோல்விக்கும் மிதமான வெற்றிக்கும் இடைப்பட்ட ஓரிடம் உண்டு என்று செல்லமே சுட்டிக்காட்டியது என்று சொல்லலாம்.

அவ்வளவு பதற்றத்தில், அன்றாடக் களேபரத்தில், மிக நிச்சயமான நிச்சயமின்மையுடன்தான் செல்லமேவுக்கு எழுதப் புகுந்தேன். ராதிகாவுக்கு எழுதுவதெல்லாம் விளையாட்டே இல்லை; ஒரு வழி செய்துவிடுவார் என்று ஒவ்வொரு நாளும் சொல்லாதவர்களில்லை. ஆனால் முதல் நாள் தொடங்கி, அந்தத் தொடரின் இறுதி நாள் படப்பிடிப்பு வரை நான் எழுதியதில் ஒரு சொல்லைக்கூட அவர் மாற்றச் சொல்லிக் கேட்கவில்லை. ஒரு நாள்கூடப் படப்பிடிப்புத் தளத்துக்கு வரச் சொல்லி எனக்கு அழைப்பு வரவும் இல்லை.

12. சோறு

ஜோக்கர் துளசி என்றொரு நடிகர் இருந்தார். நாடக கம்பெனிகள் காலம்தொட்டு நடிப்புத் துறையில் இருந்தவர். கோவிட் பெருந்தொற்று வந்தபோது இறந்துவிட்டார். ராடன் நிறுவனம் தயாரிக்கும் சீரியல்களில் ராதிகா நடிக்கும் சீரியல் என்றால் நிச்சயமாக அவர் ஒரு கதாபாத்திரமாக இருப்பார். பெரிய நடிப்புத் திறமை காட்ட வேண்டிய அவசியமில்லாத எளிய அப்பா வேடங்கள், உதவியாளர் வேடங்கள், நல்லது செய்துவிட்டுக் கஷ்டப்படும் குணச்சித்திரக் கதாபாத்திரங்களுக்குப் பொதுவாக அவரைக் கூப்பிடுவார்கள். தோற்றத்தில் ஐந்தடிக்குச் சற்றுக் குறைவு என்று எப்போதும் தோன்றும்படியான உயரம். தலைமுடிக்குக் கவனமாகச் சாயம் பூசி, அடர்த்தியான காதோரக் கிருதாவை முழு வெள்ளையாக விட்டிருப்பார். எப்போதும் வெள்ளை பேன்ட், வெள்ளைச் சட்டை மட்டுமே அணிந்து மொப்பெட்டில் படப்பிடிப்புக்கு வருவார். அதனாலேயே அவரது உடை எப்போதும் அழுக்காகத் தெரியும். சட்டை பட்டன்களில் பாதியைப் போடமாட்டார். அவர் அணிந்திருக்கும் ஸ்படிக மாலை முக்கால்வாசி சட்டைக்கு வெளியே வந்து நிற்கும். இன்றைக்குப் பிரபல நடிகர்கள் உள்ளே அணிந்திருக்கும் மணி மாலைகள் சட்டைக்கு வெளியே

தெரியும்படியாகப் பொது நிகழ்ச்சிகளுக்கு வருகிறார்கள் அல்லவா? அதற்கெல்லாம் முன்னோடி அவர். அதே போலத் திரையுலகில் ஆண் பெண் பேதமில்லாமல் அனைவரும் மணிக்கட்டில் சுற்றியிருக்கும் பைரவர் பச்சைக் கயிறும் அவர் மூலமாக அறிமுகமானதுதான்.

எளிமையான, அன்பான மனிதர். வயது பேதமின்றி அனைவரிடமும் மரியாதையாகப் பழகுவார். எழுத்தாளர்கள், இயக்குநர்கள் எதிரே உட்கார மாட்டார். நின்றபடிதான் பேசுவார். தப்பித்தவறி என்றாவது அவர் பேசுகிற ஏதாவதொரு வசனம் சற்று நன்றாக அமைந்துவிடுமானால் மறக்காமல் அன்றிரவு போன் செய்து நன்றி சொல்வார். அவருடைய வசனமாக இல்லாமல் அடுத்தவர் பேசுகிற வசனங்களில் ஒன்றோ ஒரு சிலவோ நன்றாக இருந்துவிடுமானாலும் பாராட்டுவார். இயக்குநரைப் பாராட்டுவார். ஒளிப்பதிவாளரைப் பாராட்டுவார். சக கலைஞர்கள் அனைவரையும் பேதமின்றிப் பாராட்டுவார். ஓய்வு நேரங்களில் பழங்கால சினிமாக்கதைகள் பல சொல்வார். யூனிட்டில் அவரைப் பிடிக்காதவர்கள் இருக்க முடியாது. ஆனால் அவரைப் பிடிக்கும் என்று சொல்வதற்கு யாருக்கும் இவையெல்லாம் காரணமாக இருந்ததில்லை.

ஜோக்கர் துளசி ஒரு சோதிடர். யூனிட்டில் பணிபுரியும் லைட்பாய்கள் வரை யார் கேட்டாலும் ராசி, லக்னம், நட்சத்திரத்தைக் கேட்டறிந்து பலன் சொல்வார். இயக்குநர்கள், எழுத்தாளர்கள் என்றால் அப்போதைய தொழில் நிலவரத்தின் அடிப்படையில் அவரே விவரம் கேட்டுப் பலனோ பரிகாரமோ சொல்வார். நெடுந்தொடர்த் துறையில் பணியாற்றும் தொண்ணூறு சதவீதம் பேருக்கு நிச்சயமாக ஏதாவது கஷ்டம் இருக்கும். பெரும்பாலும் அது சம்பளம் வராத கஷ்டமாகத்தான் இருக்கும். உடல் நலக் கோளாறு சிலருக்கு இருக்கும். வேலையற்றிருப்பவர்களின் கஷ்டத்தை விவரிக்க அவசியமில்லை. அப்படிப்பட்டவர்களுக்கெல்லாம் அவர்

நம்பிக்கை தரும் சொற்களைக் கூறி, சில பரிகாரங்களும் சொல்வார். பலபேரை ஆந்திர எல்லையில் உள்ள ஒரு பைரவர் கோயிலுக்குத் தேய்பிறை அஷ்டமி நாளன்று போய்வரச் சொல்வார். அவர் நெருக்கமாகப் பழகும் எழுத்தாளர்கள், இயக்குநர்கள் என்றால் அவரேவும் அழைத்துச் செல்வார். வீட்டுக்கு வந்து சுற்றிப் பார்த்துவிட்டுச் சில வாஸ்து சீர்திருத்தங்களைச் சொல்வார். நாம் எதிர்பாராத நேரத்தில் திடீரென்று சிறிய மஞ்சள் பையுடன் வாசலில் வந்து நிற்பார். ஏதாவது ஒரு கோயிலைச் சொல்லி, அங்கே நமக்காகச் சிறப்பு பூஜை செய்து பிரசாதம் வாங்கி வந்திருப்பார். இவ்வளவையும் செய்துவிட்டு நடிகராகவும் அவரால் பணியாற்ற முடிந்தது.

வாணி ராணி தொடர் ஆரம்பிக்கவிருந்த சமயத்தில் ஜோக்கர் துளசி எனக்கு அறிமுகமானார். அந்தத் தொடரில் ராதிகாவுக்கு இரட்டை வேடம். அக்கா ராதிகா ஒரு பெரிய வழக்கறிஞர். தங்கை ராதிகா, எளிய குடும்பத் தலைவி; படிக்காதவர். ஜோக்கர் துளசி, அக்கா ராதிகாவின் உதவியாளர் பாத்திரத்துக்கு நியமிக்கப்பட்டிருந்தார். அதாவது, ராதிகா திரையில் தோன்றும் அனைத்துக் காட்சிகளிலும் அவருக்குப் பின்னாலோ அருகிலோ கையில் ஒரு ஃபைல் அல்லது கேஸ் கட்டு வைத்துக்கொண்டு நிற்கும் கதாபாத்திரம். எப்போதாவது நடித்தால் போதும். ஆனால் எப்போதும் இருந்தாக வேண்டும்.

பொதுவாக சீரியல்களில் இம்மாதிரியான கதாபாத்திரங்களில் நடிக்க வாய்ப்புக் கிடைத்தால் அந்தக் கலைஞர்களுக்குப் பெரிய கொண்டாட்டமாக இருக்கும். கதாநாயகி தோன்றும் காட்சிகளில் எல்லாம் உடனிருப்பது என்றால் குறைந்தபட்சம் மாதம் பதினைந்து நாள்களுக்குப் படப்பிடிப்பு நிச்சயமாக இருக்கும். அதுவும் ராதிகா போன்ற பெரிய கதாநாயகிகளென்றால் இருபத்தைந்து நாள்கள்வரைகூடப் படப்பிடிப்பு

இருக்கும். அத்தனை நாள்களுக்கும் சம்பள உத்தரவாதம் இருக்கும். குறைந்தபட்சம் மூன்று வருடங்களுக்கு அனைத்து மாதங்களிலும் உறுதியான வருமானம் வருவதென்பது எல்லோருக்கும் அமையாது.

ஜோக்கர் துளசிக்கு அது அடிக்கடி அமையும். அவர் ஒரு சிறந்த நடிகர் என்று சொல்ல முடியாது போனாலும் ஓரளவு நல்ல சோதிடர். அந்தக் கூடுதல் தகுதி பெரும்பாலும் அவரை வெற்றியடையச் செய்யும்.

வாணி ராணி தொடர் ஒளிபரப்பாகத் தொடங்கியிருந்த காலத்தில் ஒருநாள் அவர் என் வீட்டுக்கு வந்தார். பொதுவாகச் சிறிது நேரம் பேசிக்கொண்டிருந்தவர், அந்தம்மா மாதிரி நம்பிக்கை துரோகத்தால அவதிப்பட்டவங்க யாருமே இருக்க முடியாது சார் என்று சொன்னார். உறவினர்கள், நண்பர்கள், ஊழியர்கள், சக கலைஞர்கள் யார் யார் எந்தெந்தக் காலகட்டங்களில் ராதிகாவை ஏமாற்றினார்கள் என்று சில விவரங்களைச் சொல்லிக்கொண்டே வந்தபோது அவரது முகபாவம் மிகவும் தீவிரமடைந்திருந்தது. சிறிது கண் கலங்கவும் செய்தார்.

ஆனா மனசுன்னு ஒண்ணு இருக்கு பாருங்க. அது அந்தம்மாவுக்கு அத்தன சுத்தம் சார். ஏமாத்தினவங்கன்னுகூட பாக்காம எத்தனையோ பேருக்கு எத்தனையோ உதவி செஞ்சிருக்காங்க. எதுவுமே வெளிய தெரியாது,

என்று சொன்னார். வெளியே தெரியாத பல விவரங்கள் அவருக்குத் தெரிந்திருப்பதை எண்ணிச் சிறிது வியப்பாக இருந்தது.

அவங்களுக்கும் நீங்கதான் ஜோசியம் பாப்பிங்களா சார்?

எதாவது முக்கியமா செய்ய நினைக்கறப்ப கேப்பாங்க. தப்பா எதாவது நடக்குதுன்னா சொல்லுவாங்க. எனக்குத்

தெரிஞ்சத பாத்து சொல்லுவேன். உங்க ஜாதகத்த குடுங்க, பாப்போம்? என்றார்.

எனக்கு அப்போது வீடு சார்ந்த குழப்பம் ஒன்று இருந்தது. கோடம்பாக்கத்தில் நான் வாடகைக்குக் குடியிருந்த வீடு விலைக்கு வரும்போலிருந்தது. கட்டி முப்பது வருடங்களாகியிருந்த அடுக்குமாடிக் குடியிருப்புதான். ஆனால் அதுவுமே நான் வாங்ககூடிய விலையாக இருக்குமா என்று தெரியவில்லை. ஆனால் அந்த வீட்டை மிகவும் விரும்பினேன். அங்கே குடிவந்த பிறகுதான் எப்போதும் இரண்டிரண்டு வேலைகள் வந்தன. வருமானச் சிக்கல்கள் இல்லாதிருந்தன. பெரிய அளவில் சொல்ல ஒன்றுமில்லை என்றாலும் கெட்டதென்று நினைக்க ஏதுமில்லாமல் வாழ்க்கை சீராகப் போய்க்கொண்டிருந்தது. ஜோக்கர் துளசி ஜாதகம் கேட்டதும் நப்பாசைப்பட்டு ஜாதகத்தைக் கொண்டுவந்து அவரிடம் கொடுத்து, விவரத்தைச் சொன்னேன்.

அவர் வீட்டை நிதானமாகச் சுற்றிப் பார்த்தார். ஓர் ஆராய்ச்சியாளர் போலப் பல இடங்களில் அசையாது நின்று கூர்ந்து கவனிக்கவும் செய்தார். அவர் எதைக் கவனிக்கிறார், என்ன யோசிக்கிறார் என்று எனக்குத் தெரியவில்லை. ஏதாவது இருக்கும் என்று நினைத்துக்கொண்டேன். ஜாதகத்தைப் பார்த்துவிட்டு வருகிறேன் என்று சொல்லிவிட்டு அதை எடுத்துக்கொண்டு கிளம்பிச் சென்றார்.

ஒரு வாரத்துக்குப் பிறகு நல்ல ஜாதகம், பெரிய கஷ்டங்கள் இராது என்று சில நல்ல வார்த்தைகளைச் சொல்லிவிட்டு, நான் அந்த வீட்டை வாங்க வாய்ப்பில்லை என்று சொன்னார்.

பெரிய வருத்தங்கள் இல்லை என்பதால் அதைப் பொருட்படுத்தவில்லை. ஆனால் எப்படியாவது அந்த வீட்டை வாங்கிவிட மேற்கொண்டு சில முயற்சிகள் செய்து பார்க்காமல் இல்லை. இறுதியில்

நாங்கள் குடியிருந்த அபார்ட்மெண்டுக்குப் பக்கத்து போர்ஷனில் வசித்துவந்தவர்கள் அந்த வீட்டை வாங்கிக்கொண்டார்கள். எனக்குப் பகுதியளவுப் பூர்வீக பூமியான குரோம்பேட்டையில் பிறகொரு வீடு அமைந்தது.

ஜோக்கர் துளசி எப்படி அப்படிச் சரியாகச் சொன்னார் என்று, அந்தக் கோடம்பாக்கம் வீடு அமையாமல் போனதைப் பற்றி நெடுங்காலம் என் மனைவி வியந்து பேசிக்கொண்டிருந்தாள். எனக்கு ஒரு விஷயம் புரியவில்லை. ஏதோ ஒரு கணக்கு இருக்கிறது. அதில் வல்லுநர்களாக விளங்கும் சோதிடர்கள் எப்படியோ நடக்கப் போவதைச் சரியாகக் கணித்துவிடுகிறார்கள். ஆனால் மனச்சாட்சிக்கு நேர்மையாக, இது நடக்காது என்று சொல்லக்கூடியவர்களையும் நம்பிக்கை உள்ளவர்கள் எப்போதும் அருகே இருத்திக்கொள்வார்களா?

வாணி ராணியில் ஜோக்கர் துளசி தவிர இன்னொரு சோதிட அப்பா நடிகரும் இருந்தார். அவரிடமும் ராதிகா பலன்கள் கேட்பார் என்று சொன்னார்கள். எனக்குத் தெரியாமல் வேறு சிலரும்கூட அந்தத் தொடரில் இருந்திருக்கலாம். ஆனால் அத்தனை சோதிடர்கள் உடன் இருந்தும் அந்தக் காலகட்டத்தில் ராடன் மேற்கொண்ட சில முயற்சிகளின் தோல்வியைத் தவிர்க்க முடியவில்லை.

அவற்றுள் முக்கியமானது, திரைப்படத் தயாரிப்பு முயற்சிகள். சரத்குமார் நடிப்பில் ராடன் தயாரித்த ஒரு பெரிய திரைப்படம் மாபெரும் தோல்வி அடைந்தது. அந்தளவுக்குப் பெரிய படங்கள் இல்லை என்றாலும் அவர்கள் செய்த வேறு சில முயற்சிகளும் பெரிதாக எடுபடாமல் போயின. எதிர்பாராத பொருளாதார நெருக்கடியில் சிக்கிப் பல மாதங்கள் அவர்களால் சம்பளம்கூடக் கொடுக்க முடியாத நிலைமை ஏற்பட்டது. ஆனால் வாணி ராணி மட்டும் தடையில்லாமல் ஒளிபரப்பாகிக்கொண்டிருந்தது. அதற்கு நல்ல பெயரும்

இருந்தது. அதன் முதல் ஐந்நூறு எபிசோடுகள் வரை பெரிய சிக்கல்கள் ஏதும் எழவில்லை. இயக்குநர் ஓ.என். ரத்னம் அதிலிருந்து விலகிய பிறகு அடிக்கடி இயக்குநர்கள் மாறத் தொடங்கினார்கள். ஒரு கட்டத்தில் எந்த எபிசோடை யார் இயக்கியிருக்கிறார்கள் என்றே கண்டுபிடிக்க முடியாத அளவுக்கு இருந்தது. எதனால் அதெல்லாம் நடந்தது என்பது எனக்குத் தெரியாது. தொடர்ந்து பல மாதங்கள் சம்பளம் வராமல் வேலை பார்ப்பது சிரமமாக இருந்தது. ஆனால் அந்தத் தொடர் தந்த அளவுக்கு நற்பெயரை வேறெந்தத் தொடரும் அதற்குமுன் தந்ததில்லை. இதை அடிக்கடி நினைத்துக்கொள்ள வேண்டியிருந்தது.

ஒருமுறை ராடன் அலுவலகம் சென்றிருந்தபோது எப்போது நிலைமை சீராகும் என்று அங்கு நெடுங்காலமாகப் பணியாற்றி வரும் ஊழியர் ஒருவரிடம் கேட்டேன். தெரியவில்லை என்று சொன்னார். ஜோக்கர் துளசியைச் சந்திக்க நேர்ந்த வேறொரு சந்தர்ப்பத்தில் அவரிடமும் கேட்டேன்.

சிலதெல்லாம் சொன்னா கேக்க மாட்டாங்க சார். மேடத்த புரிஞ்சிக்கறது ரொம்பக் கஷ்டம் என்று சொன்னார். அவர் எதையோ செய்ய வேண்டாம் என்று சோதிட ரீதியிலான காரணங்களை முன்வைத்து எடுத்துச் சொல்லி, ராடன் அதைக் கேட்காமல் செய்திருக்கிறது என்று புரிந்துகொண்டேன்.

இதனைச் சொல்லும்போது இன்னொன்றைச் சொல்ல வேண்டும். ராடன் அவ்வளவு பெரிய பொருளாதார நெருக்கடியில் சிக்கித் தவித்துக்கொண்டிருந்த காலத்தில் ஒருநாள் கதை விவாதத்துக்காக அவர்கள் அலுவலகத்துக்குச் சென்றிருந்தேன். பொதுவாகக் கதை விவாதங்களுக்குச் செல்லும்போது மதிய உணவை வெளியே வாங்கி வந்துவிடுவார்கள். அன்று கேண்டீன்ல சாப்ட்டு வந்துடுங்க சார் என்று சொன்னார்கள்.

ராடன் காண்டீன் என்பது அலுவலகத்தின் மொட்டை மாடியில் இருந்த ஒரு சிறிய தகரக் கட்டுமானம். தினமும் அங்கே மதிய உணவு இருக்கும். எளிய உணவே என்றாலும் நிச்சயமாக இருக்கும். உணவு நேரத்தில் அங்கே சென்றால் ஏராளமான பேர் சாப்பிட்டுக்கொண்டிருப்பார்கள். அவர்கள் எழுந்ததும் அமர்வதற்காக இன்னும் ஏராளமானவர்கள் காத்திருப்பார்கள்.

எனக்கு ஒரு விஷயம் விளங்கவில்லை. ராடன் அலுவலகத்தில் பணிபுரியும் ஊழியர்களில் பெரும்பாலானவர்கள் வீட்டில் இருந்து மதிய உணவு எடுத்து வந்துவிடுவார்கள். அவர்கள் கேண்டீனில் சாப்பிடுவதில்லை. படப்பிடிப்புத் தளம் எதுவாக இருந்தாலும், எங்கே இருந்தாலும் அங்கே நிச்சயமாக ஒவ்வொரு நாளும் காலை, மதிய உணவு இருக்கும். படப்பிடிப்பில் சம்பந்தப்பட்ட அனைவரும் அங்கேயேதான் சாப்பிடுவார்கள். அப்படி என்றால் ராடன் அலுவலக மொட்டை மாடி கேண்டீனில் சாப்பிடுபவர்கள் யார்?

அங்கே யாரும் அதற்குச் சரியான பதில் சொல்லவில்லை. பிறகொரு சமயம் இயக்குநர் நீராவி பாண்டியன் சொன்னார்.

ராடன் கேண்டீன் இல்லனா எத்தனையோ அசிஸ்டெண்ட் டைரக்டர்ஸ் பசியில செத்தே போயிடுவாங்க சார். நான் அசிஸ்டெண்ட் டைரக்டரா இருந்தப்ப அங்க கிடைச்ச ஒருவேளை சாப்பாட்டுலதான் உயிர் வாழ்ந்தேன்.

ஜோக்கர் துளசி போன்ற பகுதி நேரச் சோதிடர் யாராவது ராதிகாவுக்கு இதனை ஒரு பரிகாரமாகச் சொல்லியிருக்கலாம். யாரும் சொல்லாமல் அவருக்கேகூடத் தோன்றியிருக்கலாம். ராடனுக்கு நான் ஏழு வருடங்கள் தொடர்ச்சியாக எழுதியிருக்கிறேன். நான்கு சீரியல்கள். அந்தக் காலகட்டத்தில் எத்தனையோ பேர் எத்தனையோ தருணங்களில் ஜோக்கர் துளசி சொன்ன

ஒரு விஷயத்தைத் தவறாமல் சொல்லியிருக்கிறார்கள். மேடத்த புரிஞ்சிக்கவே முடியாது சார்.

அது அத்தனை ஒன்றும் சிரமமல்ல என்று தோன்றியது.

13. சிறப்பு முகாம்

பொதுவாக சீரியல்கள் ஆரம்பிக்கும்போது கதை என்ற ஒன்று நிச்சயமாக இருக்கும். பெரும்பாலான சமயங்களில் அது அழுத்தமாகவும் உருக்கமாகவும்கூட இருக்கும். காலப்போக்கில் மெல்ல மெல்ல உருமாறி வேறு தோற்றம் கொண்டுவிடும். நீண்ட நெடுங்காலத்துக்கு ஒரு கதையை ஒரே விதமான இறுக்கத்துடனும் கட்டுக்கோப்புடனும் கொண்டு செல்வது எளிதல்ல.

இது ஒரு சிக்கல்தான். ஆனால் இதனினும் அளவில் பெரிய வேறொரு சிக்கல் உண்டு. எந்த நெடுந்தொடரை ஆரம்பிக்கும்போதும் தயாரிப்பாளரிலிருந்து சேனல் அதிகாரிகள் வரை அத்தனை பேரும் கதையைக் குறித்து மணிக்கணக்கில், நாள் கணக்கில் - சில சமயம் மாதக் கணக்கில்கூடப் பேசிக்கொண்டே இருப்பார்கள். நல்ல கதைக்காக உயிரைத் தரவும் தயாராக இருக்கிறார்களே என்று நெக்குருகிவிடும். ஆனால் ஒளிபரப்பாகத் தொடங்கி ஓரிரு வாரங்கள் ரேட்டிங் பார்த்த பின்பு கதை யாருக்கும் ஒரு பொருட்டாக இருக்காது. ரேட்டிங்கை அதிகரிக்க என்னென்ன மாறுதல்கள் செய்யலாம் என்பது குறித்தே பேசுவார்கள். மாதக்கணக்கில் அமர்ந்து பேசி அங்குலம் அங்குலமாக வடிவமைத்த

கதையைத் தாங்களே இப்படி உறுப்பு உறுப்பாக வெட்டி எறிகிறோமே என்று அவர்களுக்குத் தோன்றாது.

கொலை குற்றமென்றால் யுத்தமும் குற்றம் என்று ஹேராம் திரைப்படத்தில் ஒரு வசனம் வரும். அதன் தலைகீழ் நியாயத்தில்தான் அவ்வுலகம் இயங்கிக்கொண்டிருந்தது. எண்ணிப் பார்த்தால், ரேட்டிங் என்பது அதிகாரிகளுக்கெல்லாம் அதிகாரி. சேனல் முதலாளியினும் பெரிய அதிகாரி.

சீரியல் தயாரிப்பு நிறுவனங்கள் ஆறு மாதங்களுக்கு ஒருமுறையாவது ரேட்டிங்கை உயர்த்துவதற்காக என்ன செய்யலாம் என்று கூடிப் பேச ஏற்பாடு செய்யும். அந்த உயர்மட்டக் கூட்டத்துக்கும் டிஸ்கஷன் என்றுதான் பெயர். மாதாந்திரக் கதை விவாதங்களைப் போலத்தான் அதுவும் நடக்கும். ஆனால் சில நுணுக்கமான மாற்றங்கள் அதில் இருக்கும்.

முதலாவது, அத்தகைய சிறப்பு விவாதக் கூட்டங்கள் தயாரிப்பு அலுவலகத்தில் நடக்காது. வெளியே ஓட்டல் அறைகளில் ஏற்பாடு செய்வார்கள். அல்லது இதற்கென்றே 'ஆகி வந்த' சிறப்பு விடுதிகளில் கூட்டம் நடக்கும். சில நிறுவனங்கள் வெளியூர்களில், கடற்கரையோர விடுதிகளில் தங்கும் வசதி ஏற்படுத்திக் கொடுத்து இரண்டு மூன்று நாள் வேறெந்தத் தொல்லையும் இல்லாமல் அங்கே சென்று கதை பேசிவிட்டு வர வழி செய்யும். இயக்குநர், அவரது உதவியாளர்கள், திரைக்கதை ஆசிரியர், அவரது உதவியாளர்கள், வசன கர்த்தா, தயாரிப்பு நிறுவனத்தின் சார்பில் ஓரிரு அதிகாரிகள் இந்த விவாதங்களில் கலந்துகொள்வார்கள். இவர்களைத் தவிர, கதை பேசுவதற்கும் கதைத் திருத்தங்கள் செய்வதற்கும் மட்டுமே பிறந்து வளர்ந்து வாழ்ந்து வரும் சில விற்பன்னர்களைச் சிறப்பு அழைப்பாளர்களாக வரவழைப்பார்கள். அவர்களுக்கும் குறிப்பிட்ட சீரியலுக்கும் எந்தத் தொடர்பும் அதற்கு

முன்பு இருந்திருக்காது. அழைத்த மரியாதைக்கு அந்தக் கூட்டத்தில் மட்டும் கலந்துகொண்டு சில கருத்துகளைச் சொல்லிவிட்டு அவர்கள் போய்விடுவார்கள். கதையின் ஆதி அந்தம் தெரியாத அந்த விற்பன்னர்கள் என்ன சொன்னாலும் அதை எழுதி வைத்துக்கொண்டு அவற்றை எங்கே சொருகலாம் என்று தயாரிப்புத் தரப்பு அதிகாரிகள் திரைக்கதை ஆசிரியரை நச்சரித்துக்கொண்டே இருப்பார்கள். ஏதோ ஒரு கட்டத்தில் வெறுப்படைந்துவிடும் திரைக்கதை ஆசிரியர்கள், தமது யோசனைகளை அப்படியே நகர்த்தி வைத்துவிட்டு வல்லுநர்களின் கருத்து அடிப்படையில் புத்தம்புதிதாக ஒரு கதைப் பாதையை உருவாக்கிக் கொடுத்துவிட்டுப் போய்விடுவார்கள். அதற்கும் பழைய கதைக்கும் பெரும்பாலும் தொடர்பே இருக்காது. ஏன் இல்லை என்று யாரும் கேட்க மாட்டார்கள்.

வாரப் பத்திரிகைகள் ஐந்தாண்டுக்கு ஒரு முறை புதிய தோற்றம் என்று அறிவித்துவிட்டு வலது கன்னத்து ஒட்டு மருவை எடுத்து இடது கன்னத்தில் வைத்துக்கொள்வது வழக்கம். சீரியல்கள் ஆறு மாதங்களுக்கொரு முறை புதிய தோற்றம் கொள்வது வழக்கம் மட்டுமல்ல; கட்டாயமும்கூட. அதைத்தான் சேனல்கள் விரும்பும். அதுதான் டிஆர்பிக்கு உதவும் என்று சொல்வார்கள்.

வாணி ராணி தொடர் ஐந்தாண்டுகளுக்குச் சிறிது கூடுதலாக ஒளிபரப்பாகி ஓய்ந்தது. அதன் முதல் இரண்டு ஆண்டுகள் வரை இம்மாதிரியான கதை விவாதச் சடங்கு நடைபெற்றதில்லை. மாதாந்திரக் கதை விவாதக் கூட்டம் என்பதுகூட திரைக்கதை ஆசிரியர் விவரிக்கும் கதையைத் தயாரிப்பு நிறுவன அதிகாரிகள் கேட்டுக்கொள்ளும் சந்திப்பாக மட்டும்தான் இருக்குமே தவிர, விவாதம் என்று ஏதும் நிகழ்ந்ததில்லை. திரைக்கதை ஆசிரியர் சொல்லும் கதையில் பெரும்பாலும் திருத்தம்கூடச் சொல்ல மாட்டார்கள்.

அந்தத் துறையில் அது ஓர் அதிசயம். நான் பணியாற்றிய வேறு எந்த சீரியலிலும் எந்தக் காலத்திலும் அப்படி நடந்ததில்லை. வாணி ராணிக்குத் திரைக்கதை எழுதிய எழுத்தாளர் குமரேசனின் காட்சி உருவாக்கும் திறமை இதற்கு முக்கியமான காரணம். இன்னொரு காரணம், கதை விவாதம் என்ற பெயரில் போகிற வருகிறவர்களெல்லாம் கருத்து சொல்லிக் கொல்ல இயக்குநர் இடம் தராதிருந்தது.

குமரேசன் ஒவ்வொரு மாதத்துக்கும் கதையின் பயணம் எங்கிருந்து எதுவரை செல்லும் என்று ஓர் அடிப்படை யோசனை வைத்திருப்பார். அதை இயக்குநரிடம் சொல்வார். இயக்குநர் தமது கருத்துகளைச் சொல்வார். இது தொலைபேசி வழி நடக்கும். பிறகு குமரேசன், அம்மாதத்துக்கான திரைக்கதையை உருவாக்கி வைத்துக்கொண்டு இயக்குநரையும் என்னையும் அழைப்பார். இந்தச் சந்திப்பு அவரது அலுவலகத்திலோ, என்னுடைய அலுவலகத்திலோ, கேகே நகர் சிவன் பார்க்கிலோ, ராடன் அலுவலகத்துக்கு வெளியே பால் அப்பாசாமி தெருவின் நடைபாதைகளிலோ, ஹபிபுல்லா சாலையில் உள்ள ஒரு டீக்கடைக்கு வெளியிலோ நடக்கும். அதிகபட்சம் ஒரு மணி நேரம். அவர் சொல்லும் கதையை நாங்கள் இருவரும் கேட்போம். பெரும்பாலும் அது சரியாக இருக்கும். திருத்தங்கள் தேவைப்படுமானால் சொல்வோம். அக்கணமே குமரேசன் திருத்தங்களின் சாதகபாதகங்களை அலசுவார். ஒப்புக்கொள்வனவற்றை உடனடியாக மாற்றுவார். வேண்டாம் என்று தோன்றுவதைக் காரணத்துடன் விவரிப்பார். அது சரியாக இருந்தால் நாங்கள் ஒப்புக்கொண்டுவிடுவோம். அவ்வளவுதான். தேநீர் அருந்திவிட்டுப் பிரிந்துவிடுவோம்.

அதன் பிறகு ராடன் அலுவலகத்துக்குச் செல்லும் நாளில் நாங்கள் தீர்மானித்திருக்கும் கதையைச் சொல்வது

மட்டுமே பணியாக இருக்கும். விவாதத்துக்கு இடமே இராது.

வாணி ராணி ஐந்நூறு எபிசோடுகள் ஒளிபரப்பாகியிருந்த சமயத்தில் அதன் இயக்குநர் ரத்னம் அத்தொடரிலிருந்து வெளியேறினார். அன்றைய சூழ்நிலையில் அது அந்தத் தொடரில் பணியாற்றிக்கொண்டிருந்த அனைவருக்குமே அதிர்ச்சியளித்தது. ஆனால் ராடனில் ஐந்நூறு எபிசோடுகள் தொடர்ச்சியாக இயக்கிய இன்னொருவர் உண்டா என்று தெரியவில்லை. ராதிகா நடிக்காத அவர்களுடைய மற்றொரு சீரியலில் (இது மதிய நேரத்தில் ஒளிபரப்பாகிக்கொண்டிருந்தது) ஒருவேளை சாத்தியமாக இருந்திருக்கலாம். நான் ராடனின் மதிய நேரத் தொடர்களுக்கு எழுதியதில்லை என்பதால் அது குறித்துச் சரியாகத் தெரியவில்லை.

ரத்னம், சுந்தர் கே விஜயனின் மாணவர். பொதுவாக அந்தப் பள்ளியில் படித்துவிட்டு வருபவர்கள் காட்சி அமைப்பில் மிகுந்த கவனம் செலுத்துவார்கள். கதை, திரைக்கதை, வசனம் போன்ற துறைகளில் கூடியவரை தலையைக் கொடுக்க விரும்ப மாட்டார்கள். யாரோ எழுதுகிறார்கள், தயாரிப்பு நிறுவனம் அங்கீகரித்துவிட்டது என்றால் அவர்களுக்குப் போதும். கைக்கு வருகிற 'சீன் பேப்பரில்' என்ன இருக்கிறதோ அதை அப்படியே எடுத்துக் கொடுத்துவிடுவார்கள். ரத்னம் அந்தப் பள்ளியில் இருந்து வந்திருந்தாலும் அபூர்வமாகக் கதையிலும் திரைக்கதை வசனங்களிலும் ரசனையும் தேர்ச்சியும் உள்ளவராக இருந்தார். ஒரு சிறந்த காட்சி அமைந்துவிட்டால் அதை மேலும் எப்படிச் சிறப்பாக்குவது என்று பார்ப்பாரே தவிர, அன்றைக்குத் திட்டமிட்ட காட்சிகளை எடுத்து முடித்தால் போதும் என்று நினைக்க மாட்டார். கதாநாயகிக்காக, இதர கலைஞர்களுக்காக, தயாரிப்பு நிறுவனத்துக்காக, வேறு எதற்காகவும் சமரசம் செய்துகொள்ளாத

இயல்புடையவர். வாணி ராணிக்கு முன்னர், அவர் ராடன் தயாரித்த இளவரசி என்னும் மதிய நேரத் தொடரை இயக்கிக்கொண்டிருந்தார். அந்நேரத்தில் செல்லமேவுக்கு இயக்குநரை மாற்ற முடிவெடுத்திருந்ததால் ரத்னத்துக்கு அந்த வாய்ப்பு அமைந்தது. பெரிய தோல்வி என்ற அவப்பெயரிலிருந்து காப்பாற்றி, ஓரளவு நல்ல பெயருடன் அந்தத் தொடரை அவரால் நிறைவு செய்ய முடிந்ததால் வாணி ராணிக்கும் அவரையே இயக்குநராக நியமித்திருந்தார்கள். இரண்டு வருடங்கள் என்பது ஓரளவு நீண்ட கால அவகாசம்தான். ஆனால் அவர் வெளியேறிய பிறகு அந்தத் தொடர் நிறைய தடுமாற்றங்களைச் சந்திக்க வேண்டியிருந்தது. வாணி ராணியிலேயே இரண்டாவது யூனிட்டை இயக்கிக்கொண்டிருந்த ராமச்சந்திரன் சிறிது காலம் அந்தத் தொடரை இயக்கினார். சிஜே பாஸ்கர் இயக்கினார். சுந்தர் கே விஜயன் இயக்கினார். எஸ்.என். சக்திவேல் இயக்கினார். அரவிந்த ராஜ் இயக்கினார். சுகி மூர்த்தி இயக்கினார். அருள் ராய் இயக்கினார். மனோபாலாகூட ஓரிரு நாள்களுக்கு வந்து போனார் என்று நினைக்கிறேன். என்னுடைய கவனத்துக்கே வராமலும் சிலர் சில எபிசோடுகளை மட்டும் இயக்கிக் கொடுத்துவிட்டுப் போனார்கள் என்று பிறகு தெரிந்துகொண்டேன். என்ன காரணத்தாலோ வாணி ராணியின் இயக்குநர்கள் மாறிக்கொண்டே இருந்ததால் தொடரின் கட்டுக்கோப்பு ஆடத் தொடங்கிவிட்டது.

வருடம் நினைவில்லை. நல்ல மழைக்காலம். ஒருநாள் இரவு வீட்டில் அமர்ந்து தொலைக்காட்சியில் அன்று ஒளிபரப்பாகிக்கொண்டிருந்த எபிசோட் பார்த்துக்கொண்டிருந்தேன். மனைவியைத் தடுத்துவிட்டுக் கணவன் சிற்றுண்டி தயாரித்தபடி அவளோடு உரையாடும்விதமாக ஒரு காட்சி. படப்பிடிப்புத் தளத்தின் சமையல் அறையில் ஏதோ சிக்கல் ஏற்பட்டிருக்க வேண்டும். மழை நீர் வந்திருக்கலாம். கேமரா வைக்க இடமில்லாமல் போயிருக்கலாம். அப்போது பணியில்

இருந்த இயக்குநருக்குப் படைப்பூக்கம் அதிகரித்து, வீட்டு வாசலில் போர்ட்டிகோவில் இருந்த காரை எடுத்துவிட்டு அங்கே ஒரு மேசையைப் போடச் சொல்லி, அதன்மீது அடுப்பை வைத்து, தோசைக்கல்லைப் போட்டுவிட்டார். மழையை ரசித்தபடி தோசை சுடுவதில் உள்ள சுகம் குறித்து வசனத்தில் ஒருவரி அவரே எழுதிச் சேர்த்துப் படம்பிடித்து, அது ஒளிபரப்பும் ஆகிக்கொண்டிருந்தது.

அதற்குப் பிறகு அந்தத் தொடருக்கு நிறைய சிறப்புக் கதை முகாம்கள் தேவைப்பட்டன. திரைக்கதை ஆசிரியர் குமரேசன் தன்னால் முடிந்தவரை சமாளித்து, ஒவ்வொரு முறை தொடர் தடுக்கி விழும்போதும் தூக்கித் தூக்கி நிறுத்திக்கொண்டிருந்தார். சமாளிக்கவே முடியாத சூழ்நிலை உண்டானபோதெல்லாம் வளமான குடும்பக் கதையை உக்கிரமான க்ரைம் கதையாக மாற்றுவார். அதிரடித் திருப்பங்களால் தாற்காலிக சுவாசம் பெற்றுத் தொடர் எழுந்து நிற்கும். உடனே இயக்குநர் மாறிவிடுவார். மீண்டும் விழும். மீண்டும் குற்றம் செய்து மீண்டும் எழுப்புவார்.

ஒருமுறை மகாபலிபுரத்தில் உள்ள தமிழ்நாடு ஓட்டலில் அறை எடுத்துக் கதை விவாதம் நடத்தப்பட்டது. விவாதம் விவகாரமாகி, கதையில் நிகழவேண்டிய அடிதடிக் காட்சிகள் நிஜத்தில் நடந்துவிடுமோ என்று அஞ்சும்படி ஆனது.

அந்த விடுதிக்கு அதற்கு முன்பும் சில விவாதங்களுக்குச் சென்றிருக்கிறேன். முத்தாரத்துக்கு எழுதிக்கொண்டிருந்தபோது ஒருமுறை அதே விடுதியில் கதை விவாதம் ஏற்பாடு செய்யப்பட்டிருந்தது. வழக்கமான இயக்கக் குழுவினர், திரைக்கதைக் குழுவினரோடு சில வல்லுநர்களையும் சேர்த்து அனுப்பிவைத்திருந்தார்கள். இரண்டு முழு நாள்கள் உட்கார்ந்து பேசியும் சரியாகப் பிடி கிடைக்கவில்லை. சென்னையிலிருந்து தயாரிப்பாளர் மணிக்கொரு முறை போன் செய்து, விவாதம் எப்படிப்

போகிறது என்று விசாரித்துக்கொண்டிருந்தார். எந்தக் கணமும் அவரே புறப்பட்டு வந்துவிடுவார் என்று தயாரிப்புத் தரப்பில் இருந்து வந்திருந்த பிரதிநிதி சொன்னதும் கலவரமூட்டிக்கொண்டிருந்தது. மூன்றாம் நாள் மதியம் வரை என்னென்னவோ கதை பேசிப் பார்த்தார்கள். திரைக்கதை ஆசிரியர் ராஜ் பிரபு அமைதியாகக் கேட்டுக்கொண்டிருந்தாரே தவிர, கருத்து ஏதும் சொல்லவில்லை. பேசாமல் இருக்கும்வரை பிரச்னை இல்லை என்று அவர் முடிவு செய்திருக்கலாம்.

அன்றைக்கு மதியம் தயாரிப்பாளர் மீண்டும் போன் செய்து என்ன ஆயிற்று, கதை கிடைத்ததா என்று கேட்டார். ராஜ் பிரபு எவ்வளவு சிறந்த திரைக்கதை ஆசிரியர் என்று அப்போது தெரிந்துகொண்டேன். தயாரிப்பு நிர்வாகியிடம் இருந்து போனைப் பிடுங்கி, நல்லா வந்திடுச்சி சார். கிளம்பறோம். மிச்சத்த நாளைக்கு நேர்ல வந்து சொல்றேன் என்று சொல்லிவிட்டு வைத்துவிட்டார். உண்மையில், ஒரே ஒரு வரிக் கதைகூட அதுவரை அமைந்திருக்கவில்லை. இருப்பினும் வந்திருந்த வல்லுநர்களுக்கும் அவர்களது ஒத்துழைப்புக்கும் நன்றி சொல்லிவிட்டு, கிளம்பலாம் என்று சொன்னார்.

மறுநாள் சினி டைம்ஸ் அலுவலகத்தில் ராஜ் பிரபு கதை சொல்ல நேரம் குறிக்கப்பட்டது. மூன்று நாள்கள் மகாபலிபுரத்தில் அறை எடுத்துத் தங்கி, பாடுபட்டு உருவாக்கிய கதையை அவர் எப்படிச் சொல்லப் போகிறார், என்னவாகச் சொல்லப் போகிறார் என்று பார்ப்பதற்காகவே அனைவரும் கூடினார்கள். ராஜ் பிரபு வந்தார். அல்வா, முந்திரி பக்கோடா, காப்பி உள்ளிட்ட உபசரிப்புகளுக்குப் பிறகு கதை சொல்லத் தொடங்கினார். அருமையான, விறுவிறுப்பான, நேர்த்தியான கதை. அடுத்த மூன்று மாதங்களுக்குப் பிரச்னையே இல்லை என்று தயாரிப்பாளர் நிம்மதிப் பெருமூச்சு விட்டார். 'இதுக்குத்தான் மூணு நாள்

ஆனாலும் பரவால்லன்னு ரூம் போட்டுப் பேசுறது' என்று அலுவலகத்தில் பேசிக்கொண்டார்கள்.

மூன்று நாள்களில் பேசியவற்றிலிருந்து அவர் ஒரு சொல்லைக்கூட எடுத்துக்கொள்ளவில்லை; முற்றிலுமே அன்றிரவு அவர் தனியாக அமர்ந்து உருவாக்கிய கதைதான் என்று அவரும் சொல்லவில்லை, மற்றவர்களும் சொல்லவில்லை.

14. முகமற்ற பூனைகள்

ஒவ்வொரு தயாரிப்பு நிறுவனத்துக்கும் அடையாளமாகச் சொல்வதற்கென்று சில கதைகள் இருக்கும். அந்தக் கதைகளை எங்கே யார் பாதுகாத்து வைத்திருப்பார்கள் என்று தெரியாது. புதிதாக வந்து சேரும் ஒவ்வொருவருக்கும் அந்தக் கதைகளுள் ஒன்றோ, ஒரு சிலவோ, அனைத்துமோ எப்படியாவது தெரிய வந்துவிடும். பல வருடப் பழக்கமும் அனுபவமும் தராத தரிசனத்தை அந்தச் சில வரிக் கதைகள் கொடுத்துவிடுவதைப் பலமுறை கண்டிருக்கிறேன்.

ராடனுக்கு நான் எழுதச் சென்றபோது அங்கே சரவணன் என்றொரு ஷெட்யூல் டைரக்டர் இருந்தார். ஏதோ ஒரு பிறப்பில் அவர் ஒரு போதிசத்துவராக இருந்திருக்க வேண்டும். சராசரி மனிதர்களிடம் பார்க்க வாய்ப்பில்லாத அபூர்வமானதொரு நிதானம் அவரிடம் உண்டு. எப்படி இவரால் இப்படி இருக்க முடிகிறது என்று ஒவ்வொரு முறை பார்க்கும்போதும் தோன்றும். சொல்லி வைத்தாற்போல அவரைக் குறித்த ஒரு நாடோடிக் கதை அங்கே எனக்குச் சொல்லப்பட்டது. அந்தக் கதை இது:

சரவணன் நெடுங்காலமாக ராடனுக்கு ஷெட்யூல் போட்டுக்கொண்டிருந்தவர். செல்லமே, வாணி

ராணி காலகட்டத்துக்கு முந்தைய காலமொன்றில் பெரும் புகழ் பெற்ற இயக்குநர் ஒருவர் ராடனின் ஒன்பதரை மணி சீரியலை இயக்கிக்கொண்டிருந்தார். அவரைக் கண்டால் யூனிட்டே நடுங்கும். மிகவும் கெடுபிடியான மனிதர். அவர் கேட்பது மட்டுமல்ல; நினைப்பதும் நினைக்கும்போதே நடந்துவிட வேண்டும். இல்லாவிட்டால் அன்றைக்குப் படப்பிடிப்பு நடக்காது. ஒரே கலவரமாகிவிடும்.

ஒவ்வொரு நாளும் காலை படப்பிடிப்புக்கு அவர் வீட்டிலிருந்து புறப்படும்போதே அவரது ஓட்டுநர், தயாரிப்பு நிர்வாகிக்கு போன் செய்து, அன்றைக்கு இயக்குநருக்குக் காலை டிபன் என்ன வேண்டும், அதை எங்கே வாங்கி வர வேண்டும் என்று சொல்லிவிடுவார். இயக்குநரின் கார் படப்பிடிப்புத் தளத்துக்கு வந்து சேரும்போது சிற்றுண்டி தயாராக இருக்க வேண்டும். சாப்பிட்டுவிட்டு அவர் வேலையை ஆரம்பித்துவிடுவார். சிற்றுண்டியில் என்ன பெரிதாக இருந்துவிட முடியும்? எல்லோரும் கேட்கும் இட்லி, தோசைதானே என்று நினைத்துவிட முடியாது. ஒவ்வொரு நாளும் அவர் வேறு வேறு இடங்களில் உள்ள வேறு வேறு உணவகங்களைக் குறிப்பிட்டு, அங்கே எது சிறப்பு உணவோ, அதைத்தான் வாங்கி வரச் சொல்வார். அந்தத் தகவல் அவரது ஓட்டுநர் மூலமாக சரவணனுக்குத்தான் முதலில் தெரியப்படுத்தப்படும். சரவணன் அதைத் தயாரிப்பு நிர்வாகியிடம் சொல்வார். பிறகு யாராவது சென்று வாங்கி வருவார்கள். இது நடைமுறை.

ஒருநாள் படப்பிடிப்பு நடந்துகொண்டிருந்தபோது, ஏதோ ஒரு காரணத்தின் பொருட்டு இயக்குநருக்கும் கதாநாயகியான ராதிகாவுக்கும் கருத்து வேறுபாடு வந்துவிட்டது. ராடனில் ராதிகா அவர்கள் கதாநாயகி மட்டுமல்ல. அவர்தான் தயாரிப்பாளரும்கூட. தவிர சன் தொலைக்காட்சியின் நிகரற்ற நட்சத்திரம் என்றால் அவர்தான். அவர் ஒன்றைச் சொல்ல, இயக்குநர் அதை

மறுக்க, தான் சொன்னதைத்தான் செய்ய வேண்டும் என்று ராதிகா வலியுறுத்திச் சொல்ல, மெல்ல மெல்ல விவாதம் சூடேறி, ஒரு கட்டத்தில் இயக்குநருக்குக் கோபம் தலைக்கேறிவிட்டது. ரெடி ஆனதும் சொல்லுங்க என்று சொல்லிவிட்டு ராதிகா உள்ளே சென்றுவிட்டார். இயக்குநருக்கு அது இன்னும் அதிகக் கோபத்தை உண்டாக்கிவிட்டது. இங்கே நான் இயக்குநரா? அவர் இயக்குநரா? நான் இயக்க வேண்டுமென்றால் நான் சொல்லும்படிதான் நடக்கும். அது முடியாதென்றால் நாளை முதல் வேறு ஆளைப் பார்த்துக்கொள்ளச் சொல்லுங்கள் என்று படப்பிடிப்புத் தளத்தின் நடுவே நின்று உரக்கக் கத்திவிட்டு வேகமாகக் கிளம்பிச் சென்றுவிட்டார்.

கூடியிருந்த அத்தனை பேரும் பதறிப் போனார்கள். இயக்குநர் இப்படிப் பாதியில் புறப்பட்டுச் சென்றுவிட்டால் தயாரிப்பாளரிடம் என்ன சொல்வது? அது ஒருபுறம் இருக்க, மறுநாள் படப்பிடிப்புக்கு என்ன செய்வது? யாரை இயக்கச் சொல்வது? சரவணா, நீ போய்ப் பேசு. ஏதாவது செய்ய முடிகிறதா பார்.

கார் ஏறச் சென்ற இயக்குநரை சரவணன் விரைந்து சென்று வழி மறித்தார்.

என்ன?

கோச்சுக்காதிங்க சார். நாளைக்கு காலைக்கு ஆனியன் ரவாவா, ஊத்தப்பமான்னு சொல்லிட்டிங்கன்னா வசதியா இருக்கும்.

வளர்த்தலும் நீட்டலும் விளங்கச் சொல்லலும் உடைத்துக் காட்டலும் சீரியல் கதைகளுக்குத்தானே தவிர, சீரியல் உலகில் உலவும் நாடோடிக் கதைகளுக்கல்ல. மேற்படி சம்பவம் நடந்து பல வருடங்களுக்குப் பிறகுதான் சரவணன் எனக்கு ராடனில் அறிமுகமானார்.

எதிர்பாராத தடை; படப்பிடிப்பு நடக்கவில்லை அல்லது யாரோ ஒரு நடிகை வரவில்லை, யாராவது இறந்தேவிட்டார்கள், அந்த வார ரேட்டிங் விழுந்துவிட்டது; படப்பிடிப்பை நிறுத்திவிட்டு அலுவலகம் வரச் சொல்லிவிட்டார்கள், பாதி படப்பிடிப்பில் இயக்குநர் கோபித்துக்கொண்டு போய்விட்டார், கதாநாயகிக்கு எங்கிருந்தோ அவசர அழைப்பு; அவர் பாதியில் போய்விட்டார், சம்பளம் தரவில்லை என்று கலைஞர்கள் அறிவிக்காத வேலை நிறுத்தம் செய்கிறார்கள் - என்னவானாலும் சரி. மொத்த யூனிட்டும் பதற்றத்தில் தத்தளித்துக்கொண்டிருந்தாலும் சரவணன் அமைதியாக அடுத்த நாள் படப்பிடிப்புக்கு ஷெட்யூல் போட்டுக்கொண்டிருப்பார்.

அனல் பறக்கும் கதை விவாதம் நடந்துகொண்டிருக்கும். தயாரிப்புத் தரப்பு அதிகாரிகளுக்கும் கதாசிரியருக்கும் கத்திக்குத்து நிகழ வேண்டியது மட்டும்தான் மிச்சம் என்பது போலச் சூழ்நிலை உக்கிரமடைந்துகொண்டிருக்கும். சாட்சியாக அருகே அமர்ந்து ஷெட்யூல் போட்டுக்கொண்டிருக்கும் சரவணன், டீ சொல்லவா சார் என்று கேட்பார்.

தயாரிப்பாளர் தொடங்கி, வசனகர்த்தா வரை ஒரு சீரியலின் முதன்மைப் பிரதிநிதிகள் என்று கருதப்படும் அத்தனை பேரும் ஏதாவதொரு காரணத்துக்காக ஒவ்வொரு நாளும் அவரைக் கோபித்துக்கொண்டும் திட்டிக்கொண்டும் இருப்பார்கள். அவர் நிறுவனத்துக்கு விசுவாசமாக இல்லாமல் இயக்குநர் சார்பாகவே நடந்துகொள்கிறார் என்று தயாரிப்புத் தரப்பு சொல்லும்.

நாளைக்கு டைரக்டர் ஆகப் போறவன்தானேய்யா நீ? என் கஷ்டம் உனக்குப் புரியாது? ப்ரொடக்ஷன் மேனேஜர் மாதிரி நடந்துக்காத.

என்று இயக்குநர் சொல்வார். இரு தரப்புக்கும் அவர் அமைதியாகத் தலையாட்டுவாரே தவிர பதில் சொல்ல

மாட்டார். குறிப்பிட்ட இயக்குநரோடு அவருக்கு நெருக்கம் அதிகம், அவர் இருக்கும்வரை சரவணனை ஒன்றும் செய்ய முடியாது என்று சொல்வார்கள். அந்த இயக்குநர் மாறி, அடுத்தவர் மாறி, அதற்கும் அடுத்தவர் வந்து மேலும் நாலைந்து பேர் கடந்து சென்றாலும் சரவணன் இருப்பார். வந்துபோன ஒவ்வொரு இயக்குநருக்கும் அவர் கையாள் என்றே குறிப்பிடப்படுவார். ஆனால் எந்த இயக்குநரும் அவரைப் பாராட்டிப் பேசி நான் கேட்டதில்லை. இது குறித்துக் கேட்டாலும், வேறு எது குறித்துக் கேட்டாலும் அவரது பதில் ஒரு சிரிப்பாக மட்டுமே இருக்கும்.

அது ஓரினம். இயக்குநருக்கும் தயாரிப்பு நிர்வாகிக்கும் இடைப்பட்ட ஓரினம். ஒவ்வொரு நாள் படப்பிடிப்பும் அவர்களாலேயே தீர்மானிக்கப்படும். என்றென்றைக்கு எந்தெந்தக் காட்சிகளைப் படம் பிடிக்க வேண்டும், எவ்வளவு எடுத்தால் அன்றைய கணக்கு தீர்க்கப்படும், எத்தனை எபிசோடுகள் கைவசம் வேண்டும், அதற்கு எவ்வளவு காட்சிகள் வேண்டும், அதற்கு எத்தனை நாள் படப்பிடிப்பு நடத்த வேண்டும், என்றைக்கு ஒரு யூனிட், என்றெல்லாம் இரண்டு யூனிட், எத்தனைக் காட்சிகளுக்கு ஜெனரேட்டர் வேண்டும், எதையெல்லாம் செலவில்லாமல் வீதியில் வைத்தே எடுத்துவிடலாம் - ஒவ்வொன்றையும் திட்டமிடுகிற வேலையைச் செய்பவர்கள் அவர்கள்.

ஒரு ஷெட்யூல் டைரக்டர் என்பவர் அதிகாரபூர்வமாக இரண்டு பெண்களை மணந்தவர்களைப் போலத்தான் படப்பிடிப்புத் தளத்தில் செயல்படுவார். இயக்குநருக்குச் சாதகமாக, அவர் முகம் சுளிக்காத விதமாக அனைத்தையும் ஏற்பாடு செய்து தரவேண்டும். மறுபுறம், செலவு இழுத்துவிட்டான் என்று தயாரிப்பாளர் நினைத்துவிட்டால் கணப் பொழுதில் தூக்கியடித்துவிடுவார். அதையும் சமாளிக்க வேண்டும். மிகவும் சிரமமான பணி.

எனக்கு சினிமா துறையில் பணியாற்றும் ஷெட்யூல் டைரக்டர்களைத் தெரியாது. அவர்களுக்கும் இந்தக் கஷ்டமெல்லாம் இருக்குமா, அல்லது அங்கே வேறு மாதிரியான பணியா என்று தெரியாது. தொலைக்காட்சித் தொடர்களின் உலகில் பரிதாபத்துக்குரியவர்கள் அவர்கள். ஒரு நெடுந்தொடர் ஆரம்பிக்கிறதென்றால், அது ஐந்நூறு, ஆயிரம் எபிசோடுகள் கடந்து நிறைவடைவதற்குள் அந்தத் தொடரில் குறைந்தபட்சம் ஏழெட்டு ஷெட்யூல் டைரக்டர்கள் மாறியிருப்பார்கள். நான் பணியாற்றிய கல்யாணப் பரிசு என்ற நெடுந்தொடர் நிறைவடைந்த பின்பு என் போனில் உள்ள பெயர்ப் பட்டியலைத் திறந்து ஷெட்யூல் என்று போட்டுத் தேடியபோது இருபத்தொரு பெயர்கள் அகப்பட்டன. அது ஆறு வருடங்கள் நீண்டு நிறைந்த தொடர் என்பது மட்டுமல்ல காரணம். அந்தப் பணி அவ்வளவு சிரமமானது. யாரையும் எதிலும் நீடித்திருக்க விடாது.

அந்நாள்களில் நான் அதிகம் உரையாடியது அவர்களுடன்தான். ஒவ்வொரு நாளும் ஒரு ஷெட்யூல் டைரக்டரின் தொலைபேசி அழைப்பில்தான் தொடங்கும். இரவு ஒன்று அல்லது இரண்டு மணிக்கு அவர்களது அழைப்புடன்தான் நாள் நிறைவடையும். இடைப்பட்ட பொழுதிலும் அவர்கள்தாம் அதிகம் பேசியிருப்பார்கள். அவர்களுடன்தான் அதிகம் சண்டை போட்டிருப்பேன்.

இப்போது எண்ணிப் பார்த்தால் சகிக்கவே முடியாத கொடூரமானதொரு தருணம் நினைவுக்கு வருகிறது. ஒரு சீரியலில் ஒரு ஷெட்யூல் டைரக்டர் ஒரு குறிப்பிட்ட நாளில், அன்றைய பணிகளை முடித்துக்கொடுத்துவிட்டு விலகியிருப்பார். மறுநாள் வேறொருவர் அதே பணிக்குச் சேர்ந்து என்னைக் கூப்பிடுவார். 'இன்னியலேந்து நாந்தான் சார்' என்று சொல்லிவிட்டு அன்றைய படப்பிடிப்புக்கான காட்சிகளைச் சொல்லிவிட்டு போனை வைப்பார். முதல் நாள் வரை உயிரும் உடலும்

போலப் பழகியவரை அழைத்து ஏன், என்ன ஆயிற்று என்று இரண்டு வார்த்தை பேசத் துடிக்கும். ஆனால் நேரம் இருக்காது. இங்கே இந்தப் புதிய ஷெட்யூல் டைரக்டர் போனை வைத்ததுமே இன்னொரு உதவி இயக்குநர் அழைத்து, சீன் ரெடியா என்பார். எழுதத் தொடங்கினால் நள்ளிரவு வரை வேறெதுவும் நினைவில் இராது. பிறகு விடிந்து இன்னொரு நாள் தொடங்கும். இன்னும் பத்து காட்சிகள் வந்து நிற்கும். அதற்கு நம்மை ஒப்புக்கொடுத்தால் அடுத்த நாளும் எப்படியோ விடிந்துவிடும். புதிய ஷெட்யூல் டைரக்டர் அதற்குள் நாற்பது முறை அழைத்துப் பேசியிருப்பார். அவர் மட்டும்தான் நினைவில் இருப்பார். விட்டுச் சென்றவர் பெயர்கூட மறந்துவிடும். திடுக்கிட்டு ஒரு வாரம் கழித்து நினைவுக்கு வந்து அவரை அழைத்தால் அவரது எண் கிடைக்காது. வேறொரு வசனகர்த்தா அல்லது திரைக்கதை ஆசிரியருடன் அவர் பேசிக்கொண்டிருப்பார்.

ராடனில் வாணி ராணி எழுத ஆரம்பித்த சில மாதங்களில் கல்யாணப் பரிசுக்கு எழுதும் வாய்ப்பு வந்தது. இது விஷன் டைம்ஸ் என்ற நிறுவனத்தின் தயாரிப்பு. கல்யாணப் பரிசின் முதல் ஐம்பது எபிசோடுகளை ஜார்ஜ் என்றொரு எழுத்தாளர் எழுதியிருந்தார். என்ன காரணத்தாலோ அவரால் அதைத் தொடர முடியாமல் போகவும், அந்த சீரியலுக்கும் திரைக்கதை எழுதிக்கொண்டிருந்த குமரேசன், என்னை அதற்கு எழுத அழைத்தார்.

இந்நாள்களில் இரண்டு, மூன்று, நான்கு, ஐந்து சீரியல்களுக்கு ஒரே சமயத்தில் எழுதுவது எனக்கு நன்றாகப் பழகிவிட்டிருந்தது. ஏராளமான காட்சிகளை தினமும் எழுத வேண்டியது குறித்த பதற்றம் இல்லாமல் போயிருந்தது. ஒரு காட்சி என்பதை இருபது நிமிடங்கள் என்று மனத்துக்குள் குறித்துக்கொள்வேன். ஐந்து நிமிடங்கள் யோசிப்பதற்கு. பதினைந்து நிமிடங்கள் எழுதுவதற்கு. அவ்வளவுதான். தொடர்ந்து டைப்

செய்துகொண்டே இருந்ததால் சிந்திக்கும் வேகத்தில் எழுத வந்துவிட்டது. சொல்வதைப் பிழையில்லாமல் தட்டச்சு செய்து தர ஓர் உதவியாளர் அமைந்த பிறகு சிந்திக்கும் வேகத்தில் வசனங்களை வாய் விட்டுச் சொல்லவும் பழகிக்கொண்டேன்.

ஒன்று மட்டும் எப்போதும் நினைவில் இருக்கும். நான் பணத்துக்காகத்தான் எழுதினேன். பணத்துக்காகத்தான் எத்தனை வாய்ப்புகள் வந்தாலும் தயங்காமல் ஒப்புக்கொண்டேன். ஆனால் எக்காரணம் கொண்டும் அலட்சியமாக ஒரு சொல்லைக்கூட எழுதிவிடக் கூடாது என்று ஒவ்வொரு நாளும் வேலையைத் தொடங்கும்போது எண்ணிக்கொள்வேன். என்னிடம் இருந்து செல்லும் ஒவ்வொரு தாளும் என் பெயரைச் சுமந்து செல்கின்றன என்கிற விழிப்புணர்வுடன் இருந்தேன். 'அடித்து விடுவது' என்கிற வழக்கம் என்றும் இருந்ததில்லை. எனவே நான்கு சீரியல்களுக்கு எழுதிக்கொண்டிருந்தவனுக்கு ஐந்தாவதாக ஒன்றைத் தருவதற்கு விஷன் டைம்ஸ் தயங்கவில்லை.

கல்யாணப் பரிசு, விஷன் டைம்ஸ் நிறுவனத்தின் தயாரிப்புதான். அதில் சந்தேகமில்லை. ஆனால் அந்த சீரியலின் மூளையாகவும் இதயமாகவும் நுரையீரலாகவும் இதர முக்கிய உறுப்புகள் அனைத்துமாகவும் இருந்து செயலாற்றிக்கொண்டிருந்தவர், திரைக்கதை ஆசிரியர் குமரேசன். நானறிந்து அந்த சீரியலில் அவர் ஷெட்யூல் மட்டும்தான் போடவில்லை. அதைக்கூட நானறியாத நாள்களில் ஒருவேளை செய்திருக்கலாம். மற்றபடி இயக்குநரிலிருந்து லைட்மேன் வரை எல்லோருடைய பொறுப்புகளையும் பகுதியளவு அவர் ஏற்றுச் செய்துகொண்டிருந்தார். அது அவரது பிரத்தியேக விருப்பத்துக்குரிய சீரியல் என்று புரிந்துகொண்டேன். அந்தத் தொடரின் ஒவ்வொரு அம்சத்தையும் பார்த்துப் பார்த்துச் செதுக்கிக்கொண்டிருந்த குமரேசனாலும்

தவிர்க்கவோ, தடுக்கவோ முடியாத ஒன்று இருந்ததென்றால் மாதமொரு முறை மாறிக்கொண்டிருந்த ஷெட்யூல் டைரக்டர்கள்தாம்.

நான் படப்பிடிப்புகளுக்குச் சென்றதில்லை. எப்போதும் வீட்டில் என் அறைக்குள் இருந்துதான் பணியாற்றிக்கொண்டிருப்பேன். கதை விவாதம் என்று மாதம் ஒருமுறை வெளியே செல்வதுடன் சரி. எனவே, ஆள் மாறாட்டம் ஏன் எதனால் நடக்கிறது என்று எனக்குத் தெரிந்ததேயில்லை. திடீரென்று ஒரு தொலைபேசி அழைப்பு வரும். தன் பெயரைச் சொல்லி அறிமுகம் செய்துகொண்டு, அன்று முதல் கல்யாணப் பரிசின் ஷெட்யூல் டைரக்டராகப் பணியாற்றப் போவது தான்தான் என்று யாராவது சொல்வார்கள். வாழ்த்திவிட்டு, மறுநாள் படப்பிடிப்புக்கு எந்தெந்தக் காட்சிகள் தேவை என்று கேட்டுக்கொள்வேன். அதிகபட்சம் ஒன்றிரண்டு மாதங்களில் வேறொருவர் அதே போல போன் செய்வார். அறிமுகம் செய்துகொள்வார். இன்னொரு மாதம் கழித்து இன்னொருவர் அழைப்பார். இப்படி அழைத்துவிட்டுக் காணாமல் போகிறவர்களில் யார் ஒருவரையும் நான் நேரில் பார்த்ததுகூடக் கிடையாது. குரல் மட்டுமே அவர்களுடைய முகம்.

இதன் அடுத்தக் கட்டம் என்ற ஒன்று விரைவிலேயே வந்தது. கல்யாணப் பரிசில் சில இயக்குநர்கள் மாறி, ஏ.பி. ராஜேந்திரன் என்றொரு இயக்குநர் வந்தார். அவர் வரும்போது கதிரேசன் என்றொரு உதவி இயக்குநரை உடன் அழைத்து வந்திருந்தார். கதிரேசன், இயக்குநருக்கு இரண்டாவது யூனிட்டையும் இயக்கித் தருவார், ஷெட்யூலையும் அவரே போட்டுக் கொடுப்பார். கதிரேசன் அந்தப் பொறுப்புக்கு வந்த பிறகு போனில் பேசுவதுகூடப் பெரும்பாலும் குறைந்து போனது. ஒவ்வொரு நாளும், மறுநாளுக்கான காட்சி எண்களை அவர் மெசேஜில் அனுப்பிவிடுவார். எல்லோருமே

செய்வதுதான். ஆனால் எண்களை அனுப்பிவிட்டு போன் செய்து தேவைகளைத் தனியே சொல்வார்கள். கதிரேசனிடம் அந்த வழக்கம் கிடையாது. எண் அனுப்பினால் முடிந்தது. நான் எழுதி அனுப்புவதில் எதுவெல்லாம் சாத்தியமோ அதை எடுப்பார்கள். முடியாததை அப்படியே விட்டுவிடுவார்கள். இதை ஏன் இப்படி எழுதினீர்கள் என்று கேட்கமாட்டார்கள். நீங்கள் எழுதியதை ஏன் எங்களால் எடுக்க முடியவில்லை என்றும் சொல்ல மாட்டார்கள். மாற்றி எழுதிக் கெடுக்காத வரை சிக்கல் இல்லை என்று அமைதியாக இருந்துவிடுவேன்.

2016 ஆம் ஆண்டின் தொடக்கத்தில் பூனைக்கதை நாவலை எழுதலாம் என்று முடிவு செய்திருந்தேன். அந்நாவல் இரண்டு பாகங்களைக் கொண்டது. இரண்டாம் பாகம் முழுவதும் ஒரு ஷெட்யூல் டைரக்டரின் வாழ்வின் வழியே சீரியல் உலகம் எவ்வாறு இயங்குகிறது என்று சுட்டிக்காட்டுவதாக இருக்கும். உண்மையில் அந்நாவலின் மையம் அதுதான். அம்மையத்தை நெருங்கும் மாய வழியாகத்தான் முதல் பாகத்தை ஔரங்கசீப்பின் தக்காணப் படையெடுப்புக் காலகட்டத்தில் அமைத்துக்கொண்டேன். இருவேறு காலகட்டங்களை இணைக்கும் கருவியாக நாவலில் பயன்படுத்தப்பட்ட பூனை நானேதான்.

ஆனால் பூனைக்கதையில் பூனையல்ல கதாநாயகன். இரண்டாம் பாகத்தில் வருகிற ஷெட்யூல் டைரக்டர் மயில்சாமிதான் உண்மையான கதாநாயகன். நான் சந்தித்த பல்வேறு ஷெட்யூல் டைரக்டர்களின் கலவையாகத்தான் மயில்சாமி பாத்திரத்தை வடிவமைத்தேன் என்றாலும் முதன்மை மாதிரி என்று அதற்கொருவர் இருந்தார். நாவலின் களத்தை அவரிடம் விவரித்து, உங்களை வைத்துத்தான் இதை எழுதப் போகிறேன் என்று சொல்லியிருந்தேன்.

எழுதுங்க சார். நல்லாத்தான் இருக்கும் என்றார்.

எழுதி முடித்த விவரத்தைச் சொன்னபோது, மகிழ்ச்சி சார் என்று சொன்னார். பிறகு அது புத்தகமாக வந்தபோது ஒரு பிரதியைக் கொடுத்து, இது உங்கள் கதை. படித்துப் பார்த்துவிட்டு எப்படி இருக்கிறது என்று சொல்லுங்கள் என்றேன். சரி என்று வாங்கிச் சென்றவரைச் சில மாதங்களுக்குப் பிறகு சந்தித்தபோது, அட ஆமால்ல? ஒரு புக்கு குடுத்திங்க. மறந்தே போய்ட்டேன் சார். நமக்கெங்க இதுக்கெல்லாம் டைம் இருக்குது? என்றார்.

இது உங்கள் கதை அல்லவா? உங்களைக் கதாநாயகனாக வைத்து எழுதியிருக்கிறேன் அல்லவா? அதுகூடவா உங்கள் ஆர்வத்தைத் தூண்டவில்லை?

தப்புதான் சார். படிச்சிடுறேன் என்று சொல்லிவிட்டுச் சென்றார்.

மேலும் சில மாதங்களுக்குப் பிறகு பூனைக்கதைக்கு ஒரு விருது கிடைத்தது. படித்தீர்களா? என்று அப்போதும் கேட்டேன்.

படிக்கணும்னு எடுத்து வெச்சிருந்தேன் சார். டைரக்டர் எடுத்துட்டுப் போனாரு. திருப்பித் தரவேல்ல. அதோட நானும் மறந்துட்டேன்.

இன்று வரை என் நாவல்களில் எனக்கு விவரிக்க முடியாத, பிரத்தியேகமான மகிழ்ச்சியைத் தருகிற ஒன்றைச் சொல்வதென்றால் பூனைக்கதையைத்தான் சொல்வேன். அதன் கட்டமைப்பு, அப்படியே தொலைக்காட்சித் தொடருலகின் கட்டமைப்பை ஒத்திருக்கும். தொடர்களின் கட்டமைப்பல்ல. அந்த உலகம் எவ்வாறு இயங்குகிறதோ அந்தக் கட்டமைப்பு. அதன் திசைவேகம். அதன் வெயில், மழை, குளிர் காலங்கள். அதன் கனம். அதன் கண்ணீர். அதன் வெப்பம். அதன் வறட்சி. மீட்சியற்ற பெருவாழ்வின் அடையாளமற்ற துயரங்கள்.

இக்கணம் வரை அந்த ஷெட்யூல் டைரக்டர் அந்த நாவலைப் படிக்கவில்லை. இக்கணம் வரை அந்தத் துறையில் வேறு யாருக்கும்கூட அதைப் படித்துப் பார்க்க நேரம் அமையவில்லை.

15. உடனே, உடனே.

இயக்குநர் சுந்தர் கே. விஜயன்தான் முதல்முதலில் என்னிடம் தயாரிப்பாளர் ஜேகே என்கிற ஜே. கிருஷ்ணசாமியைக் குறித்துச் சொன்னார். கைவசம் ஒரு ப்ராஜக்ட் தயாராக உள்ளது. படப்பிடிப்பு ஆரம்பித்தால் ஓரிரு வாரங்களில் ஒளிபரப்பும் தொடங்கிவிடும். ஆனால் பலரிடம் கேட்டும் சரியான கதை அமையவில்லை. அது மட்டும் கிடைத்துவிட்டால் மறுநாளே படப்பிடிப்புக்குச் சென்றுவிடுவார்.

எனக்குச் சிரிப்பு வந்துவிட்டது. மறுநாளேவா என்று வேண்டுமென்றே கேட்டேன். யார் கண்டது? மறு நிமிடமாகவேகூட இருக்கலாம் என்றார்.

அடிப்படையில் நான் கதை எழுதுபவன். ஆனால் நெடுந்தொடர்களுக்கு வசனம் மட்டும் எழுதினால் போதும் என்ற முடிவில் இருந்தேன். அந்தத் துறையில் கதை-திரைக்கதை விவகாரங்களில் தலையைக் கொடுத்துவிட்டால் மீள்வது சிரமமாக இருக்கும். தவிர, ஒரு நாவலாசிரியனாக நான் நினைப்பனவற்றைச் செய்வதற்கு நெடுந்தொடர்கள் மட்டுமல்ல; வேறு எதுவுமே ஒரு தடையாக இருந்துவிடக் கூடாது என்பதில் மிகுந்த கவனமாக இருந்தேன். அக்கவனத்தையும் மீறி

ஓரிரு முறை கதை கொடுத்து மாட்டிக்கொண்டிருக்கிறேன். சந்தர்ப்பங்கள் அப்படி அமைந்தன.

முதலாவது சம்பவம் ராடனில் நடந்தது. சிவசங்கரி என்கிற அவர்களுடைய வாராந்திர அமானுஷ்யத் தொடருக்குத் திரைக்கதை எழுதக் கேட்டார்கள். வாரம் இரண்டு எபிசோடுகள்தானே என்று ஒப்புக்கொண்டேன். ஆனால் அந்தப் பணி, வாரம் முழுவதும் எழுதிய வசனங்களுக்குச் செலவிட்ட சக்தியைப் போலப் பல மடங்கு சக்தியை மொத்தமாக உறிஞ்சி எடுத்துவிட்டது. இத்தனைக்கும் அந்தத் தொடருக்கு நான் எழுத ஒப்புக்கொண்டு எழுதிய முதல் மாதம் மட்டும்தான் தயாரிப்பாளரிடம் கதை சொல்வதற்காக ராடன் அலுவலகம் சென்றேன். ஐம்பது எபிசோடுகள் ஒருவாறாக ஓடியிருந்த அந்தத் தொடர் என்னிடம் அளிக்கப்பட்டபோது, அது ஒரு சிறுமியைக் கதாநாயகியாகக் கொண்ட சாமி கதை என்ற அளவில் வளர்ந்து நின்றிருந்தது. நான் அதுவரை வளர்ந்திருந்த கதையின் சில அம்சங்களை மட்டும் எடுத்துக்கொண்டு முற்றிலும் வேறொரு கதையாக அதனை உருமாற்றி, ராதிகாவிடம் சொன்னேன். ஐம்பது காட்சிகள் சொன்ன நினைவிருக்கிறது. முழுவதையும் பொறுமையாகக் கேட்டுவிட்டுச் சொன்னார்,

சரியா போகுது சார். நீங்களே இனிமே பாத்துக்கங்க. என்கிட்ட கதை சொல்ல வேண்டாம்.

சிவசங்கரி முடியும்வரை மீண்டுமொரு முறை ராதிகா அந்தத் தொடர் சம்பந்தமாக என்னிடம் பேசியதே இல்லை. அதில் என்ன நடக்கிறது, எப்படிப் போகிறது என்று ஒரு தயாரிப்பாளராக, ஒப்புக்குக் கூட ஒரு வார்த்தை கேட்டதில்லை. இடைப்பட்ட நாள்களில் ஒவ்வொரு மாதமும் செல்லமேவுக்காகவும் பிறகு வாணி ராணிக்காகவும் ராடன் அலுவலகம் சென்றிருக்கிறேன். அந்தந்த சீரியல்களைப் பற்றிப் பேசுவாரே தவிர சிவசங்கரி என்ற ஒரு தொடரை அவரது நிறுவனம்தான்

தயாரிக்கிறது என்பதையே மறந்துவிட்டவர் போலத்தான் இருந்தார்.

ராடனில் பின்னிராஜன் என்றொரு நெடுநாள் ஊழியர் இருந்தார். அவர்தான் சிவசங்கரிக்குப் பொறுப்பாளர். மாதம்தோறும் நான் கதை தயார் என்று சொன்னதும் இயக்குநரையும் வசனகர்த்தாவையும் வரச் சொல்லுவார். ஓரிரு மணி நேரங்களில் அவர்கள் மூவருக்கும் நான் கதை சொல்லி முடித்ததும் திரைக்கதைத் தாள்களை வாங்கிக்கொண்டு போய்விடுவார். அந்தத் தொடருக்கு நான் திரைக்கதை மட்டும்தான் எழுதினேன். வசனம் எழுதியவர் முதலாம் சின்னத்துரை என்றொரு எழுத்தாளர். அவர் அகால மரணமடைந்த பிறகு தொலைபேசித் துறையில் பணியாற்றிக்கொண்டிருந்த வசீகரன் என்ற எழுத்தாளர் அதற்கு வசனம் எழுதினார்.

தயாரிப்புத் தரப்பு நெருக்கடிகளோ, ரேட்டிங் நெருக்கடியோ, இயக்குநர் தரப்புக் குடைச்சல்களோ சிவசங்கரியில் எனக்கு இருந்ததில்லை. ஆனால் திரைக்கதைப் பணி என்பது மிகவும் கடினமானது. செய்ய முடியாததல்ல. ஆனால் முழு நேரம் கோருவது. நான் அதற்கு ஆளில்லை என்பதால் கூடியவரை தவிர்த்துக்கொண்டிருந்தேன். இதைத் தெரிந்துகொண்ட பிறகுதான் இயக்குநர் சுந்தர் கே. விஜயன் என்னிடம் ஜேகேவைக் குறித்துச் சொன்னார்.

சார், மத்த கம்பெனிகளுக்கு எழுதறது வேற; ஜேகேக்கு எழுதறது வேற. வேல நடக்கறதே தெரியாம நடக்கும் சார். என்னை நம்புங்க. கதை இருந்தா சொல்லுங்க என்று சொன்னார்.

சுந்தர் கே விஜயனுக்கு ராஜ்பிரபு என்றால் அருமையாக அமர்ந்துவிடும். தேவி பாலா, இந்திரா சௌந்தர்ராஜன் போன்றோருடனும் நிறைய பணியாற்றியிருக்கிறார். அவர்களிடமெல்லாம் கதை கேட்காமல் இருந்திருக்க வாய்ப்பில்லை. சீரியல் உலகின் ஆகி வந்த

எழுத்தாளர்களான அவர்களுடைய கதைகளையெல்லாம் நிராகரித்துவிட்டு ஒரு தயாரிப்பாளர் என் கதையை ஒப்புக்கொள்வார் என்று எனக்குத் தோன்றவில்லை. ஆனாலும் அவர் மீண்டும் மீண்டும் வற்புறுத்தியதால் யோசிக்கிறேன் என்று சொன்னேன்.

காத்திருந்தாற்போல, என்னிடம் கதை கேட்டிருக்கும் விஷயத்தை உடனே அவர் தயாரிப்பாளர் ஜேகேவிடமும் சொல்லியிருக்கிறார். அவர் ஒருநாள் போன் செய்து நேரில் வர முடியுமா என்று கேட்டார்.

அக்கணம் வரை அவரிடம் சொல்வதற்கு என்னிடம் கதை ஏதும் இல்லை. கூப்பிட்ட மரியாதைக்கு நேரில் ஒருமுறை பார்த்துவிட்டு வந்துவிடலாம் என்று நினைத்தேன். நான் வசித்தது கோடம்பாக்கத்தில். ஜேகே குடியிருந்தது, அசோக்நகரில். ஸ்கூட்டரை எடுத்தால் ஐந்து நிமிடத் தொலைவுதான் என்பதால், அப்போதே வருகிறேன் என்று சொல்லிவிட்டு, போனை வைத்ததும் புறப்பட்டேன்.

தயாரிப்பாளர் ஜேகேவின் வீட்டுக்கு நான் சென்றபோது இரவு மணி எட்டு இருக்கும். வாசலில் ஸ்கூட்டரை நிறுத்தி, இறங்கியபோது மங்கலாக ஒரு கதைக்கான கரு தோன்றியது. உட்கார்ந்து யோசித்தால் நன்றாக வரக்கூடிய சாத்தியங்கள் உள்ளதாக நினைத்தேன். அறிமுகம் செய்துகொண்டு அவரிடம் அந்த விஷயத்தைச் சொன்னபோது, சொல்லுங்களேன் நானும் கேக்கறேன் என்று சொன்னார்.

சொல்லும்படியெல்லாம் ஒன்றுமில்லை, குத்துமதிப்பான யோசனைதான் என்றேன். பரவாயில்லை சொல்லுங்கள் என்று அவர் மீண்டும் வற்புறுத்தியதால் ஐந்து நிமிடங்கள் அவகாசம் கேட்டுக்கொண்டு அவர் வீட்டு வாசலில் வந்து நின்று, அந்தக் கதையைச் சொல்லிப் பார்த்தேன். தேர்வுக்கா வந்திருக்கிறோம்? தோன்றியதைச் சொல்லப் போகிறோம்; அவ்வளவுதானே என்று

மீண்டும் உள்ளே சென்று ஜேகேவிடம் கதையைச் சொல்லத் தொடங்கினேன். எனக்கே மிகுந்த வியப்பு ஏற்படும்படியாக அந்தக் கரு தன்னைத்தானே வடிவமைத்துக்கொண்டு அழகாகவும் சரியாகவும் வளர்ந்துகொண்டே சென்றது. நெடுங்காலமாகப் பிரிந்திருக்கும் தனது தாய் தந்தையைச் சேர்த்து வைக்கப் போராடும் கதாநாயகிக்கு ஒரு கட்டத்தில் அவர்கள் இருவருமே தனது தாய் தந்தையர் அல்லர் என்பது தெரிய வந்தால் எப்படி இருக்கும் என்பதுதான் கரு.

சுமார் இருபது நிமிடங்களுக்கு அந்த யோசனையைக் கதை போன்றதொரு வடிவத்தில் சொல்லியிருப்பேன். இருங்கள் என்று சொல்லிவிட்டு ஜேகே எழுந்து உள்ளே சென்றார். திரும்பி வந்தவர் இருபதாயிரம் ரூபாயை என்னிடம் கொடுத்து, இது அட்வான்ஸ். இப்பவே ஆரம்பிச்சிடுங்க என்று சொன்னார்.

அன்று அதை நான் எதிர்பார்த்திருக்கவில்லை. நான் சொன்னது வெறும் யோசனை. கதை அல்ல. யோசனை அவருக்குப் பிடித்தால் கதையாகத் தயார் செய்துகொண்டு வந்து சொல்கிறேன், அப்போது அட்வான்ஸை வாங்கிக்கொள்கிறேன் என்று சொன்னேன்.

அவசியம் இல்லை சார். இது எப்படி வரும்னு இப்பவே தெரிஞ்சிடுச்சி. ரெண்டு நாள் டைம் எடுத்துக்கங்க. அம்பது சீன் மட்டும் முதல்ல சொல்லுங்க. ஷூட்டிங் போயிடுவோம். மிச்சத்த அப்பறம் பாத்துக்கலாம் என்று அவர் சொன்னார்.

அதற்கு மேலே அவரிடம் என்ன பேசுவதென்று தெரியவில்லை. முன்பின் அறிமுகமில்லாத மனிதர். நெடுங்காலமாக சன் தொலைக்காட்சியின் மதிய நேர ஸ்லாட் ஒன்று அவருடையதாக இருந்து வந்தது.

ஆனால் அன்றைக்கு நான் அவரிடம் சொன்ன கதை அதற்கல்ல என்று சொன்னார்.

சுந்தர வெச்சி பண்றேன்னா மதிய ஸ்லாட்டெல்லாம் கட்டுப்படி ஆகுமா? இது வேற. நீங்க வேலைய ஆரம்பிங்க முதல்ல என்று சொன்னார்.

வாழ்வில் அதற்குமுன் அவ்வளவு விரைவாக வேலைகள் நடந்த ஒரு நெடுந்தொடரில் நான் பணியாற்றியதில்லை. இரண்டு நாளில் எப்படி என்னால் ஐம்பது காட்சிகள் யோசித்து எழுத முடிந்தது என்று இப்போதும் தெரியவில்லை. இரண்டு மணி நேரத்தில் எழுதக் கூடியவர்கள் அந்தத் துறையில் உண்டு. எனக்கு அது வராது. அவ்வளவுதான்.

ஒரு புதன் கிழமை இரவு ஜேகேவை சந்தித்தேன். வெள்ளிக்கிழமை இரவு அவருக்கும் சுந்தர் கே. விஜயனின் குழுவினருக்கும் ஐம்பது காட்சிகளை விவரித்தேன். திங்கள் அன்று மாலை ஜேகே போன் செய்து அழைத்தார். நான் சொன்ன கதைக்குப் பொருத்தமான நடிக-நடிகைகளை அவர் தேர்வு செய்து ஒப்பந்தம் செய்துவிட்டிருந்தார்.

வியாழக்கிழமை ஷூட்டிங் போயிடலாம் சார். நீங்களே வசனம் எழுதிடுங்க என்று சொன்னார்.

இப்போது அதிர்ச்சி அடைந்தேன். சுந்தர் கே. விஜயனுக்காக உயிரையும் கொடுக்கலாம். தப்பித்தவறிக்கூட அவருக்கு வசனம் எழுத ஒப்புக்கொள்ளக்கூடாது என்று அடிக்கடி நினைப்பேன். முத்தாரம் தந்த அனுபவம் அப்படிப்பட்டது. அதை மட்டும் எப்படியாவது முடித்துக் கொடுத்துவிட்டால் போதும் என்று ஒவ்வொரு நாளும் தோன்றும்.

நாள் ஒன்றுக்குக் குறைந்தபட்சம் பத்து, அதிகபட்சம் பதினைந்து காட்சிகள் வேண்டும் என்று கேட்கிற இயக்குநர் அவர். அப்படி எழுதினால் நான் இறந்தே விடுவேன். தவிர, திரைக்கதையும் எழுதி வசனமும் எழுதுவதென்றால் அந்த ஒரு சீரியலில் மட்டும்தான் பணியாற்ற முடியும்.

ஜேகேவிடம் இந்தப் பிரச்னையைச் சொல்லி, வசனத்துக்கு வேறு யாரையாவது அமர்த்திக்கொள்ளுங்கள் என்று சொன்னேன். அவர் முடியவே முடியாது என்று சொல்லிவிட்டு வாணி ராணியின் சில வசனங்களைச் சொல்லிச் சிலாகித்தார். நம்ம சீரியல் அப்படி வரும் சார். அதுக்கு மேலயும் வரும். யோசிக்காம எழுதுங்க என்று சொன்னார்.

இரண்டு நாளில் படப்பிடிப்பை வைத்துக்கொண்டு அவருக்கு எப்படிப் புரியவைப்பது என்று தெரியவில்லை. வாணி ராணியை ரத்னம் இயக்கிக்கொண்டிருந்தது வரை எனக்கு ஒரு வசதி இருந்தது. ஒவ்வொரு நாள் படப்பிடிப்புக்கும் ஷெட்யூல் டைரக்டர் மூன்று அல்லது நான்கு காட்சிகளை எழுதித் தரச் சொல்லிக் கேட்பார். காட்சிகளைப் படித்துப் பார்த்துவிட்டு நான் ரத்னத்துடன் பேசுவேன். ஏதாவது ஒரு காட்சி, நேரம் எடுத்து நிதானமாக ஒழுங்காக எழுதினால் பேசப்படும் தரத்தில் வரும் என்று தோன்றுமானால் அதைச் சொல்வேன். ரத்னம் உடனே ஒப்புக்கொள்வார். நான்கு காட்சிகள் எடுக்கத் திட்டமிட்ட நாளில் ஒரே ஒரு காட்சியை மட்டும் எடுத்துக் கொடுத்துவிட்டுப் போவார். அந்த ஒரு காட்சி, நாங்கள் எதிர்பார்த்தது போலப் பெரிய அளவில் பேசப்படும்.

தயாரிப்பு நிறுவனத்தின் கோணத்தில் இது ஆடம்பரம். செய்ய விடமாட்டார்கள். ஆனால் ராடனில் அது சாத்தியம். வாணி ராணி வசனங்களுக்காகப் பேசப்பட்டதன் உண்மைக் காரணம் நான் மட்டுமல்ல. இயக்குநர் ஓ.என். ரத்னமும் திரைக்கதை ஆசிரியர் குமரேசனும்கூட. அவர்கள் இருவரும் அளித்த ஒத்துழைப்பு மிகவும் அதிகம். வேறு யாரிடமும் சாத்தியமில்லாதது. ஆனால் சுந்தர் கே. விஜயனிடம் அதையெல்லாம் எதிர்பார்க்க முடியாது. அவரது பாணி வேறு. அவர் கோலோச்சிய தலைமுறை வேறு. அதன்

ஒழுக்கங்கள் வேறு. அவரது உலகத்தில் நான் ஒரு புதிய மனிதன். இதை எப்படி ஜேகேவுக்குப் புரிய வைக்க முடியும்?

முதல் ஷெட்யூலுக்கு எழுதிக் கொடுத்துவிடுவோம், பிறகு பேசி மாற்றிக்கொள்ளலாம் என்று நினைத்தேன்.

சுந்தர் அப்போது இரண்டு தொடர்களை இயக்கிக்கொண்டிருந்தார். விகடன் தயாரிப்பில் ஒளிபரப்பான தென்றலின் கன்னடப் பதிப்பு ஒன்று. முத்தாரம் இன்னொன்று. ஜேகேவுக்கு அவர் இயக்க ஒப்புக்கொண்டது (வளையோசை என்று தலைப்பிட்டிருந்தேன்) மூன்றாவது.

மாதத்தில் பத்து நாள் அவர் பெங்களூர் படப்பிடிப்பில் இருப்பார். அடுத்த பத்து நாள் முத்தாரம். மூன்றாவது பத்து நாள் இந்தப் புதிய தொடருக்கு என்று அமைத்துக்கொண்டிருந்தார். ஜேகேவும் அதைத்தான் சொன்னார். பத்து நாள்தானே சார். பல்லைக் கடிச்சிக்கிட்டு எழுதிடுங்க. அடுத்த இருபது நாள் நீங்க ஃப்ரீயா இருக்கலாம்.

படப்பிடிப்பு இல்லாத நாள்களிலும் அந்தத் தொடருக்கு நேரம் ஒதுக்கி தினம் சில காட்சிகளாக எழுதி வைத்துக்கொண்டுவிட வேண்டும். வேறு வழியில்லை என்று தோன்றியது.

நம்ப முடியாத வேகத்தில் வேலைகள் நடந்தன. திட்டமிட்டபடி அந்த வாரமே ஜேகே படப்பிடிப்பை ஆரம்பித்துவிட்டார். என்னைக் கூப்பிட்டு ரஷ் காட்சிகளைப் போட்டுக் காண்பித்தார். சத்யா என்ற இசையமைப்பாளரிடம் பேசி முகப்புப் பாடலுக்கு ஏற்பாடு செய்தார். பாடல் தயாராகி வந்ததும் மீண்டும் கூப்பிட்டு அதைப் போட்டுக் காட்டினார். பகல் பன்னிரண்டு மணி வரை அவர் தூங்குவார். அதன் பிறகு எப்போது வேண்டுமானாலும் அவரிடமிருந்து

அழைப்பு வரும். ஒருமுறை இரவு இரண்டு மணிக்கு அழைத்தார். எழுதிட்டிருப்பிங்கன்னு தெரியும். அதனாலதான் துணிஞ்சி கூப்ட்டேன் என்றார்.

சொல்லுங்க சார்.

பத்தே பத்து நிமிஷம் பேசணும். வர முடியுமா?

இப்பவா?

உங்க வீட்டு வாசல்லதான் நிக்கறேன். கீழ இறங்கி வந்திங்கன்னா போதும். நான் மேல வந்தா எல்லார் தூக்கமும் கெடும்.

ஜேகேவை முதல் முறை பார்ப்பவர்கள் அவரை ஒரு தயாரிப்பாளராகக் கருத வாய்ப்பில்லை. தூக்கம் வராமல் எப்போதும் எதையாவது குடைந்துகொண்டிருக்கும் ஓய்வு பெற்ற அரசு ஊழியர் என்று நினைக்கத் தோன்றும். ஒரு விதத்தில் அது உண்மையும்கூட. பல வருடங்களுக்கு முன்பு அவர் கஸ்டம்ஸ் அதிகாரியாகச் சென்னை விமானநிலையத்தில் பணியாற்றியிருப்பதாகச் சொன்னார். சன் தொலைக்காட்சி ஆரம்பிக்கப்பட்ட நாள்களில், வெளிநாடுகளில் இருந்து பல தொழில்நுட்பச் சாதனங்கள் நல்லபடியாக வந்து சேர்வதற்கு அவர் உதவி செய்திருக்கிறார். அவ்வகையில் அவர் கலாநிதி மாறனின் அன்புக்குரியவர். அதனால்தான் அவருக்கு ஒரு ஸ்லாட் நிரந்தரமாக ஒதுக்கப்பட்டிருக்க வேண்டும். மற்ற சீரியல்களில் எதுவும் எந்த நேரத்துக்கு வேண்டுமானாலும் மாற்றப்படலாம். ஜேகேவின் பன்னிரண்டு மணி ஸ்லாட்டும் ராதிகாவின் ஒன்பதரை ஸ்லாட்டும் மட்டும் சன் டிவியில் மாறவே மாறாது என்றிருந்த காலம் அது.

அடிப்படையில் ஜேகேவுக்கு சீரியல் தயாரிப்பு மிகவும் பிடித்திருந்தது. பணம் என்பதற்கு அப்பால் சில காரணங்களுக்காக அவர் அதை விரும்பியிருக்க வேண்டும். தஞ்சாவூர்க்காரன்யா என்று பெருமையாக அடிக்கடி சொல்லிக்கொள்வார். இல்லை என்று

யாராவது மறுத்துவிட வாய்ப்புத் தராமல் ஏதாவது இரண்டு வரி பாடவும் செய்வார். அவருக்கு அப்போது அறுபத்தைந்து வயதுக்கு மேலே இருக்கும். தனியே உருவியெடுத்த ஒற்றைத் தென்னங்கீற்று போல இருப்பார். நடக்கும்போது அவரையறியாமல் அவரது உடல் முன்னும் பின்னும் வளையும். அவர் வேட்டி அல்லது பேன்ட் அணிந்து நான் பார்த்ததில்லை. எப்போதும் தொடைக்கு மேலே ஏறிய அரை நிஜார்தான் அணிந்திருப்பார். இரண்டு ஜேகேக்கள் நுழைந்துகொள்ளும்படியான சட்டை அணிந்திருப்பார். இடது கையில் ஒரு வெற்றிலைப் பெட்டியும் வலது ஆள் காட்டி விரல் நகத்தில் எப்போதும் சிறிது சுண்ணாம்பும் இருக்கும். அவர் இரண்டு நாய்களையும் மூன்று பிள்ளைகளையும் வளர்த்துக்கொண்டிருந்தார். அவரது பிள்ளைகளை ஓரிரு சமயங்களில் மட்டும்தான் பார்த்திருக்கிறேன். ஆனால் எப்போது சென்றாலும் ஜேகேவின் அருகே அவர் வளர்த்துக்கொண்டிருந்த இரண்டு நாய்களும் இருக்கும். இரண்டுமே மிகப் பெரியவை. பார்க்க பயங்கரமாக இருக்கும். தீவிரமாகக் கதை சொல்லிக்கொண்டிருக்கும்போது சத்தமில்லாமல் பின்புறமாக வந்து அருகே நிற்கும். நான் அலறிக்கொண்டு சோபாவின் மீது ஏறி நின்றிருக்கிறேன்.

ஒண்ணும் பண்ணமாட்டான் சார். அவன் சமத்து என்பார். அது அந்த நாய்க்குத் தெரியுமா என்று கேட்பேன். இயல்பிலேயே நாய் பயம் உள்ளவன் என்பதால் ஒருமுறை ஜேகேவிடம் கண்டிப்பாகச் சொன்னேன்,

உங்க நாய கட்டிப் போட்டு வெச்சிங்கன்னா வந்து கதை சொல்றேன். இல்லனா நீங்க என் வீட்டுக்கு வந்துடுங்க.

சிரித்துக்கொண்டே அவர் அதற்குச் சம்மதம் சொன்னார். அந்த முறை நான் கதை சொல்லச் சென்றபோது அவரது இரண்டு நாய்களும் என் கண்ணில் தென்படவில்லை.

ஆனால் சொல்லி முடித்துவிட்டு வெளியே வந்ததும் அவரது ஊழியர்கள் இரண்டு மூன்று பேர் என்னிடம் வந்து அது குறித்து வியப்படைந்து பேசிவிட்டுப் போனார்கள். அவர்களுக்கு அது வரலாற்றுச் சம்பவமாக இருந்திருக்க வேண்டும்.

ஜேகேவுக்கு சன் தொலைக்காட்சியில் கலாநிதி மாறனைத் தெரியும் என்பதற்கு அப்பால் இதர தொடர்புகள் எதுவும் அத்தனை நேர்த்தியாக இருக்க வாய்ப்பில்லை என்று எனக்கு எப்போதும் தோன்றும். உயரதிகாரிகளுடன் அவர் நிகழ்த்தும் தொலைபேசி உரையாடல்களிலிருந்து எனக்கு அந்த எண்ணம் ஏற்பட்டது. சிறிய விஷயங்களுக்கும் பதற்றமாகி, உரக்கப் பேசத் தொடங்கிவிடுவார். அது அசோக்நகரில் அவர் குடியிருக்கும் வீதியில் அனைவருக்குமே கேட்கும்படியாக இருக்கும். பேசி வைத்த பிறகு ஒன்றுமே நிகழாதது போல எதிரே உள்ளவரிடம் விட்ட இடத்திலிருந்து இயல்பாகப் பேச ஆரம்பிப்பார். இயக்குநர்கள், உதவி இயக்குநர்கள், ஒளிப்பதிவாளர்கள், எழுத்தாளர்களுக்கு எளிதில் புரியும் மொழி பொதுவாக அதிகாரிகளுக்குப் புரியாது. ஜேகே ஒரு முன்னாள் விமான நிலைய அதிகாரியாக இருந்தவர் என்றாலும் கலைஞர்களின் மொழியையே பெரிதும் பயன்படுத்துபவராக இருந்தார். தவிரவும் அவர் தஞ்சாவூர்க்காரர்.

வளையோசை படப்பிடிப்பு தொடங்கி ஒருவாரம் இடைவிடாமல் நடந்து ஒரு சிறிய இடைவேளை விடப்பட்டபோது சீரியல் துறை முழுதும் அதே பேச்சாக இருந்தது. ஜேகே தனது லட்சியத் திட்டம் என்பது போல அந்த சீரியலை அணுகினார். அவருக்கு உண்மையிலேயே நான் சொன்ன கதை மிகவும் பிடித்திருந்தது காரணம். சமரசமே இல்லாமல் உயர் தரமாக அதனை எடுப்பேன் என்று திரும்பத் திரும்பச் சொன்னார். அவரது நிறுவனத்தின் சரித்திரத்திலேயே

இல்லாத அளவுக்கு அந்த சீரியலுக்கு அவர் செலவு செய்ததை நான் அறிவேன். வரட்டும்யா இது. இண்டஸ்ட்ரியே அலறும் பாரு என்று நாலைந்து முறை என்னிடமே சொல்லியிருக்கிறார்.

மூன்று ஷெட்யூல் படப்பிடிப்பும் நூற்று நாற்பத்திரண்டு காட்சிகளும் முடிவடைந்து, எடிட்டிங் மேசைக்குச் சென்று கச்சிதமாகி, இசை சேர்க்கப்பட்டுத் தயாரான பின்பும் அதன் ஒளிபரப்புத் தேதி அறிவிக்கப்படவில்லை. ஸ்லாட் இன்னும் ஃப்ரீ ஆகல சார் என்று ஜேகே என்னிடம் சொன்னார். இடைப்பட்ட நாள்களில் நிச்சயமாக அவர் ஓரிரு முறையாவது கலாநிதி மாறனிடம் பேசியிருப்பார். எந்த ஸ்லாட் என்று அப்போதும் அவரால் சொல்ல இயலவில்லை. கலாநிதி மாறன் தொடர்ச்சியான வெளிநாட்டு சுற்றுப் பயணங்களில் இருப்பதாக ஜேகே சொன்னார். மாலை வேளை சீரியல்கள் வரிசையாக முடிவடைந்து, வேறு புதிய சீரியல்கள் ஆரம்பிக்கப்பட்டன. எந்த ஸ்லாட்டிலும் வளையோசை வரவில்லை.

அது வருவதற்கு வாய்ப்பில்லை என்று உறுதியான பின்பு அந்தக் கதையை ஒரு நாவல் வடிவில் எழுதிக் கல்கியில் பிரசுரிக்கக் கொடுத்தேன். புல்புல்தாரா என்ற தலைப்பில் அங்கே ஆறு மாதங்கள் தொடராக வெளியாகி நிறைந்தது. பிறகு புத்தகமாக வெளிவந்தது.

16. மெஷின்

வளையோசை படப்பிடிப்பு தொடங்கி முதல் ஷெட்யூல் முடிவடைந்திருந்த நேரத்தில் ஜேகே ஒரு நாள் போன் செய்து இன்னொரு கதை இருக்கிறதா என்று கேட்டார். சேனலில் கதை பிடிக்கவில்லை என்று சொல்லிவிட்டார்களா என்று கேட்டேன். இல்லை. அவரது பன்னிரண்டு மணி ஸ்லாட்டில் ஓடிக்கொண்டிருந்த சீரியல் முடிவடையும் கட்டத்தை நெருங்கியிருந்தது. கையோடு அதற்கும் ஏற்பாடு செய்ய வேண்டியிருப்பதாகச் சொன்னார்.

இம்முறை பத்து நாள் அவகாசம் தந்தார். இம்முறை சொன்ன கதையும் (தேவதை) நன்றாக இருப்பதாகச் சொன்னார். யாரை இயக்குநராக நியமிக்கலாம் என்று என்னிடமே கேட்டார். சுந்தர் கே. விஜயனின் இணை இயக்குநராக இருந்த நீராவி பாண்டியனைச் சொன்னேன். மனெ தேவுரு கன்னட நெடுந்தொடரை அவர் சிறிது காலம் இயக்கியிருந்தார். அதிலிருந்து விலகிய பின்பு சும்மாதான் இருந்தார். ஒரு மதியத் தொடருக்குத் தேவையான பொருளாதார சிக்கனத்தைக் கடைப்பிடிக்கத் தெரிந்தவர் என்பதால் சரியாக இருப்பார் என்று தோன்றியது. இந்த முறை மிகவும் கவனமாக நான் வசனம் எழுத மாட்டேன் என்று உறுதியாகச்

சொல்லி, கார்க்கி என்கிற புதிய எழுத்தாளரை அறிமுகம் செய்து வைத்தேன். தேவதை தொடருக்கு அவர் நெடுங்காலம் எழுதவில்லை. விகடனுக்குச் சென்று சேர்ந்து பத்திரிகையாளரானார்.

ஒருபுறம் வளையோசை படப்பிடிப்பு நடந்துகொண்டிருந்தது. இன்னொரு புறம் தேவதை தொடருக்கான ஆரம்பக் கட்டப் பணிகள் நடந்துகொண்டிருந்தன. முத்தாரம், முந்தானை முடிச்சு, செல்லமே, சிவசங்கரி என்று ஏற்கெனவே எழுதிக்கொண்டிருந்த நான்கு தொடர்களுடன் இவையும் சேர்ந்ததில் இரு விதமான உணர்ச்சிகளுக்கு நடுவே சிக்கிக்கொண்டேன். ஒரு சமயத்தில் ஓர் எழுத்தாளனுக்கு ஒரே சேனலில் ஆறு தொடர்கள் அமைவதெல்லாம் வரலாற்று முன்னுதாரணம் இல்லாதது. அது ஒரு ரகசிய மகிழ்ச்சியைக் கொடுத்தது. இன்னொரு புறம், அறவே உறக்கம் இல்லாமல் போனது. வேலையினால் அல்ல. அச்சத்தினால். ஒவ்வொரு நாளுமே மறுநாள் எழுத வேண்டிய காட்சிகளின் எண்ணிக்கை பயமுறுத்தும். பயம், உறக்கம் கெடுக்கும். மணிக்கொரு முறை திடுக்கிட்டு எழுந்து அமர்ந்து அவசரமாகச் சில வரிகள் எழுதுவேன். மீண்டும் படுப்பேன். மீண்டும் எழுந்துகொள்வேன். இது அநேகமாக ஒவ்வொரு நாளுமே தொடர்ந்ததில் மிகவும் களைத்துப் போனேன்.

அந்நாளில் சீரியல் உலகின் மிக மூத்த கதை சொல்லி ஒருவரைச் சந்திக்க நேர்ந்தது. பொதுவான நண்பர் ஒருவர் அறிமுகம் செய்து வைத்தார். என் பெயரைச் சொன்னதும், கேள்விப்பட்டேன் என்று சொன்னார். அவருக்கு என்னை ஓர் எழுத்தாளனாகத் தெரியாது. நான் பத்திரிகை உலகில் இருந்து வந்தவன் என்பதோ, புத்தகங்கள் வெளியாகியிருக்கின்றன என்பதோ நிச்சயமாகவே அவருக்குத் தெரிந்திருக்கவில்லை. திடீரென்று ஒருவன் நான்கைந்து தொடர்களுக்கு எழுதுகிறான் என்றால் அவன் யார் என்று அறிந்துகொள்ள விரும்பினார்.

அவ்வளவுதான். சிறிது நேரம் பேசிக்கொண்டிருந்தவர், என்ன ஒரு நாலஞ்சு அசிஸ்டெண்ட் வெச்சிருப்பிங்களா என்று கேட்டார். ஒரு டைப்பிஸ்டை மட்டும் வேலைக்கு அமர்த்தியிருக்கிறேன் என்று சொன்னதை அவரால் நம்ப முடியவில்லை. உங்க ஆபீஸ் எங்க இருக்கு என்று கேட்டார். அப்போது எனக்கு அலுவலகம் என்று ஒன்றில்லை. வீட்டில் ஓர் அறை என்னுடையது. அங்கேயே எழுதுவேன். அங்கேயே சாப்பிடுவேன். சில நாள் எழுத்து மேசையிலேயே உறங்கியும் போயிருக்கிறேன். இதைச் சொன்னபோதும் அவர் நம்பவில்லை. ராதிகாக்கு எழுதறிங்கல்ல? பாப்பம் எவ்ள நாள் ஓடுதுன்னு என்று சொல்லிவிட்டுச் சென்றார்.

அவர் என்ன நினைத்து அதைச் சொன்னார் என்று எனக்குத் தெரியாது. ஆனால் அன்றைக்கு நான் செய்துகொண்டிருந்தது உண்மையிலேயே ஒரு விபரீத விளையாட்டு. ஒவ்வொரு நாளும் குறைந்தபட்சம் நாற்பது காட்சிகளுக்கு வசனம் எழுத வேண்டியிருக்கும். எந்தத் தொடரிலாவது இரண்டு யூனிட் படப்பிடிப்பு இருக்குமென்றால் அதனோடு இன்னொரு ஐந்தாறு காட்சிகள் சேரும். ஒரு நாள் நான் படுத்தால், அத்தனை இடங்களிலும் வேலை கெடும். சீரியல்கள் மட்டுமல்லாமல் அப்போது சில பத்திரிகைத் தொடர்களும் எழுதிக்கொண்டிருந்தேன். அவற்றுக்கும் அப்பால் ஒரு நாவல் முயற்சியில் இருந்தேன்.

இப்போது எண்ணிப் பார்த்தால், சம்பாதிக்கும் வேட்கை என்பதற்கு அப்பால் இதற்கு வேறு ஒரு காரணம் தென்படுகிறது. ஊர்-உலகம் எனக்கு ஒரு பொருட்டாகத் தோன்றியதில்லை. முதலில் என்னை எனக்கு நிரூபித்துக் காட்ட விரும்பியிருக்கிறேன். எதையும் நிரூபித்து ஆகப் போவது ஒன்றுமில்லை என்ற தெளிவை அடைவதற்கு அது அவசியமாக இருந்திருக்கிறது. ஜேகேவிடம் ஒருநாள் இது குறித்துப் பேசிக்கொண்டிருந்தபோது அவர் ஒன்று சொன்னார்.

ராகவன், நீங்க எழுதறிங்க. நல்லா எழுதறிங்க. டயத்துக்குக் குடுத்துடறிங்க. உங்க எழுத்துல கை வெக்க அவசியம் இருக்கறதில்லை. அதனால எல்லாரும் உங்கள கூப்பிடுறாங்க. இந்த மெஷின் ரிப்பேர் ஆச்சுன்னா தள்ளி வெச்சிட்டு வேற மெஷின் வாங்கிடுவாங்க. அவ்ளதானே?

சந்தேகமில்லை. ஓர் இயந்திரமாகத்தான் இருந்தேன். அந்தத் துறையில் இருந்த பிற எழுத்தாளர்களுக்கும் எனக்கும் இருந்த ஒரே வித்தியாசம், நான் அங்கே கலைஞனாக இல்லை; இயந்திரமாகத்தான் இருக்கிறேன் என்பதை அறிந்திருந்தேன் என்பதுதான்.

ஆயினும் தேவதை திரைக்கதையை மிகவும் ரசித்து எழுதினேன். அது வில்லன்களோ, வில்லத்தனமோ இல்லாத ஒரு கதை. எல்லா கதாபாத்திரங்களும் மனிதர்களாக மட்டும் இருப்பார்கள். அதனால் திடீர்த் திருப்பங்கள் கதையில் இராது. படப்பிடிப்பு தொடங்கி, குறித்த நாளில் ஒளிபரப்பும் தொடங்கிவிட்டது. அதற்கு ரேட்டிங்கும் நன்றாக வந்தது. எனவே சிக்கல் இல்லாமல் போகத் தொடங்கியது. ஆனால் தேவதைக்கு முன்னால் ஆரம்பித்த வளையோசை என்ன ஆகும் என்றே யாருக்கும் தெரியவில்லை. மூன்று அல்லது நான்கு ஷெட்யூல் படப்பிடிப்பு நடந்திருக்கும். என்ன காரணத்தாலோ அதற்கு ஒளிபரப்பு நேரம் ஒதுக்காமல் இழுத்தடித்துக்கொண்டிருந்தார்கள். ஜேகே தன்னால் இயன்ற விதங்களில் எல்லாம் முயற்சி செய்து பார்த்தார். பலனில்லை. ஓராண்டுக் காலத்துக்கும் மேலே போராடிப் பார்த்தும் அந்தத் தொடர் ஒளிபரப்பாகவே இல்லை.

சேனல் ஒப்புக்கொள்ளாமல் எந்தத் தயாரிப்பாளரும் ஒரு நெடுந்தொடர் படப்பிடிப்பை ஆரம்பிக்க மாட்டார். அப்படி ஒப்புக்கொண்ட ஒரு தொடர் எதனால் ஒளிபரப்பாகாமல் போகிறது என்று யாருக்கும் தெரியவில்லை. ஜேகே அதில் நிறைய நஷ்டப்பட்டிருக்க

வேண்டும். நஷ்டத்தைவிட அவரது மன உளைச்சல் மிகப் பெரிதாக இருந்திருக்க வேண்டும். கொஞ்சம் கொஞ்சமாக அவர் பேசுவதைக் குறைத்துக்கொண்டார். வெளியே வருவதைக் குறைத்துக்கொண்டார். அவரது பிள்ளைகளுக்குத் திருமணமாகவில்லை என்கிற கவலையும் அவருக்கு இருந்தது. அதற்காகவும் நிறைய முயற்சி செய்துகொண்டிருந்தார்.

ஒருநாள் தேவதையின் தயாரிப்பு நிர்வாகி போன் செய்து, அடுத்த மாதத் திரைக்கதையில், எந்தக் காட்சியிலும் இரண்டு மூன்று நடிகர்களுக்கு மேல் வேண்டாம் என்று கேட்டுக்கொண்டார். அதற்கும் அடுத்த மாதம், மொத்தக் காட்சிகளில் சரி பாதிக்கு மேல் வீதியில் எடுக்கும்படியாக அமைக்கச் சொல்லிக் கேட்டார்கள். பிறகொரு சமயம், மண்டபம் எடுத்து நடத்த வேண்டிய பெரியதொரு திருமணக் காட்சித் தொடரை நான்கு துணை நடிகைகளை மட்டும் வைத்து ஓர் ஆலமரத்தடி பிள்ளையார் கோயிலில் எடுத்தார்கள்.

ஜேகேவிடம் பேச முயற்சி செய்தேன். அவர் போனில் கிடைக்கவில்லை. அவருக்கு உடல்நலம் சரியில்லை என்று சொன்னார்கள். இயக்குநரிடம் பேசியபோது, ஒன்றும் செய்வதற்கில்லை; அப்படித்தான் எடுக்கச் சொல்கிறார்கள் என்று சொன்னார். மதிய சீரியல்கள் அப்படித்தான் ஆகும் என்று அந்த நிறுவனத்துக்கு அதற்கு முன்னால் எழுதிய சிலர் சொன்னார்கள்.

நிகரமாக, அந்த சீரியல் இனி உருப்படாது என்று தோன்றியது. அவ்வளவு கெடுபிடிகளுடன் எழுதுவது சிரமம் என்று ஜேகேவிடம் இரண்டு மூன்று முறை நேரில் சந்தித்துச் சொன்னேன். அவர் கேட்டுக்கொண்டாரே தவிர பதில் சொல்லவில்லை. சுமார் இரண்டாண்டுகள் எழுதியிருப்பேன். போதும் என்று ஒரு கட்டத்தில் தோன்றியது. ஜேகேவுக்கும் அதுவேதான் தோன்றியிருக்க வேண்டும். நான் விலகிக்கொண்ட பின்பு சிறிது

காலத்துக்கு அவரே திரைக்கதை எழுதியதாகச் சொன்னார்கள். ஏதோ ஒரு கட்டத்தில் சேனலில் திடீரென்று தேவதையை நிறுத்திவிட்டார்கள். அதன் பிறகு பன்னிரண்டு மணி ஸ்லாட் வேறொரு தயாரிப்பாளருக்குக் கொடுக்கப்பட்டது. ஜேகேவுக்குத் தருவதாக இருந்த அந்த இன்னொரு ஸ்லாட்டும் இறுதி வரை தரப்படவில்லை. அவர் சொன்ன இயந்திர உதாரணம்தான் வென்றது.

ஆனால் நெடுந்தொடர் உலகில் ஜேகே என்ற மனிதர் கடைப்பிடித்த ஒரு வழக்கம் யாரிடமும் இல்லாதது. உலகின் எந்த ஒரு நிறுவனமும் ஒரு மாதம் வேலை செய்து முடித்த பின்புதான் ஊழியர்களுக்குச் சம்பளம் தரும். இதில் துறை பேதமே கிடையாது. எங்கும் அதுதான். எக்காலத்திலும் அதுதான் வழக்கம். ஜேகே மட்டும்தான் ஒவ்வொரு மாதமும் படப்பிடிப்பு தொடங்குவதற்கு முன்னால் அத்தனை பேருக்கும் முழுச் சம்பளத்தையும் கொடுத்து ஷூட்டிங்குக்கு அனுப்புவார். அவரது நிறுவனத்துக்கு நான் எழுதிய நாள்களில் ஒரு மாதம்கூடத் தொடக்கத்திலேயே சம்பளம் வராதிருந்ததில்லை.

17. மூன்று தவணைகள்

நெடுந்தொடர் உலகில் ஒரு வழக்கம் உண்டு. நெஞ்சைத் தொடும் விதமான கதையாக உணர வைப்பதன் பொருட்டு, முதல் வரியில் பச்சைப் பசேலென்ற கிராமம் என்று ஆரம்பிப்பார்கள். அப்படி ஆரம்பித்தால் கதை பெரும்பாலும் ஏற்கப்படும் என்று பலர் உண்மையாகவே நம்பினார்கள். அங்கே ஆற்றங்கரையோரம், வயல்வெளிகளுக்கு நடுவே, ஐயனார் கோயிலின் பின்புறம் துள்ளித் திரியும் கதாநாயகி இருப்பாள். பெரும்பாலும் அவள் நடுத்தர வருமானமுள்ள வீட்டுப் பெண்ணாக இருப்பாள். ஏராளமான குடும்பக் கடமைகளைக் கைவசம் வைத்திருப்பாள். அதனாலேயே திருமணம் செய்துகொள்ளாமல் இருப்பாள். கோயில் பிரச்னை, சாதிப் பிரச்னை, அந்தஸ்துப் பிரச்னை என்று ஏதோ ஒரு பிரச்னையைக் கதை தொட்டுக் காட்டினாலும் அடிப்படை அவளது கல்யாணம் சார்ந்த பிரச்னையாகவே இருக்கும். பெரும்பாலும் அது மணமேடை வரை சென்று நிற்கும். தப்பித்தவறிக் கல்யாணம் ஆகிவிட்டால் முதலிரவு நடக்காது.

அது என்ன சாபம் என்று தெரியாது. எந்த சீரியல் கதாநாயகிக்கும் திருமணம் நடந்ததும் முதலிரவு நடக்காது. அது ஒரு சர்வதேசப் பிரச்னை அளவுக்குக்

கொண்டு செல்லப்பட்டு, ஒன்றிரண்டு ஆண்டுகளுக்குப் பிறகு நடக்கும். இடைப்பட்ட காலத்தில் இன்னும் ஏழெட்டு திருமணங்கள் (அவளுக்கல்ல), ஒன்றிரண்டு விவாகரத்து வழக்குகள், கணக்கில்லாத போலிஸ் நிலையக் காட்சிகள், ஒருசில நீதிமன்றச் சம்பவங்கள், குடும்பப் பிரிவினை, சொத்துப் பிரிவினை எல்லாம் நடந்தேறியிருக்கும். அனைத்தையும் கதாநாயகிதான் முன்னின்று தீர்த்து வைத்திருப்பாள். அந்தப் பெரும்பணிச் சுமையில் அவள் மிகவும் தளர்ந்து வயதாகியும் இருப்பாள். அப்போது திரைக்கதையில் அவளுக்கு நடத்தி வைக்கப்படும் முதலிரவுக் காட்சியை எழுதும்போதெல்லாம் வல்லுறவுக் காட்சியாகவே அது தோற்றம் தரும்.

இந்தக் களேபரங்களில் சீரியல் நேயர்கள் ஒரு விஷயத்தை மறந்துவிடுவார்கள். கதாநாயகி புறப்பட்டது ஒரு பச்சைப் பசேலென்ற கிராமத்திலிருந்து. ஆறு, மலை, அருவி, வயல்வெளி, ஐயனார் கோயில். அவள் துள்ளித் திரிந்த காலம். அதன் பிறகு எத்தனை ஆண்டுகள் அந்தத் தொடர் ஒளிபரப்பானாலும் அந்த கிராமம் மட்டும் திரும்ப வராது. சரி, திருமணம் செய்துகொண்டு வந்துவிட்டாள்; பிறகெப்படி கிராமம் வரும்? என்றால், அவள் கோபித்துக்கொண்டு அம்மா வீட்டுக்குச் செல்லும் கட்டம் ஒன்று வருமல்லவா? அல்லது தாய்மடி தேடிச் செல்லும் உருக்கமான கட்டங்கள் அடிக்கொரு தரம் வரவே செய்யும். ஆனால் அப்போது வளசரவாக்கத்துப் படப்பிடிப்பு வீடுகளில் ஒன்றில்தான் அவளது அம்மாவும் குடியிருப்பார். பழைய கிராமம், பசுமையெல்லாம் பார்வையில் தென்படாது.

இவையெல்லாம்கூட எளிதில் கடக்கக் கூடியவை. சீரியல் தொடங்கும்போது மதுரை மொழி, கொங்கு மொழி, நெல்லை மொழி என்றெல்லாம் சொல்வார்கள். மண் மணத்தைப் பிராந்திய மொழிப் பிரயோகங்களின் வழியே காட்டும்போது நேயர்கள் இன்னும் ஒன்றிப்

போவார்கள் என்று சொல்லப்படும். ஆனால் முதல் வாரக் காட்சிகளுக்குப் பிறகு மொழி யாருக்குமே ஒரு பொருட்டாக இருக்காது. முதல் வாரமேகூட ஓரிரு பிராந்தியச் சொற்கள் திரும்பத் திரும்ப வருமே தவிர முழுமையான வட்டார வழக்கு என்பது சீரியல்களில் சாத்தியமே இல்லாதது.

இந்தத் தெளிவு கிடைப்பதற்கு முன்னால் எனக்கொரு கிராமியத் தொடருக்கு எழுதும் வாய்ப்பு வந்தது. அதன் பெயர் சிவசக்தி. மெட்டி ஒலி அணியிலிருந்து வந்தவர்களுள் ஒருவரான சுந்தரமூர்த்தி அதனை இயக்குவதாக இருந்தார். ஹோம் மீடியா (பிறகு ஹோம் மூவி மேக்கர்ஸ்) என்ற நிறுவனத்தின் தயாரிப்பான அந்த நெடுந்தொடர் வாய்ப்பு நான் கெட்டி மேளம் எழுதி முடித்த ஓரிரு மாதங்களிலேயே வந்தது.

அந்தத் தொடருக்குத்தான் முதல் முதலில் லொக்கேஷன் பார்ப்பதற்கென்று ஈரோடு-பவானி பகுதிக்குக் காரில் அழைத்துச் சென்றார்கள். அது எனக்குப் புதிய அனுபவம். படப்பிடிப்பு நடக்கவிருக்கும் இடத்தை வசனகர்த்தாவும் பார்த்து வைத்துக்கொண்டால்தான் எழுதும்போது காட்சிகள் புவியியல் பொருத்தங்களுடன் வரும் என்று அதன் தயாரிப்பாளர் சுஜாதா விஜயகுமார் சொன்னார்.

அடுக்கடுக்கான மலைகளின் பின்னணியில் விரிந்த நதி. எஞ்சின் பொருத்திய டீசல் படகுகள் வந்து நிற்கும் அகன்ற கரைப் பரப்பு. நீர் தொட்டு நகரும் நிலப்பரப்பில் சில கடைகள். அவற்றின் பின்னால் பசுமை போர்த்தியதொரு கிராமம். செம்மண் தரை. இயக்குநர் பாக்யராஜின் பவுனு பவுனுதான் என்ற திரைப்படத்தில் இந்த நிலப்பரப்பின் முழுமையான எழிலைப் பார்க்கலாம். அந்தத் திரைப்படம் வெளியான பிறகு அந்த இடம் பல்வேறு திரைப்படங்களில் வந்து, ஒரு பிரபலமான படப்பிடிப்புக் கேந்திரமாகியிருந்தது.

சிவசக்தி தொடரின் கிராமத்து எபிசோடுகளை அங்கே வைத்துக்கொள்ளலாம் என்று முடிவு செய்தார்கள்.

எனக்குக் கொங்குத் தமிழில் எழுத வேண்டியிருக்குமோ என்று பயம் பிடித்துக்கொண்டது. அன்றிரவே அவசர அவசரமாகக் கொங்கு மொழியில் எழுதப்பட்ட நாவல்கள் என்னென்ன என்று நினைவில் தேடிப் பட்டியல் தயாரித்துக்கொண்டேன். மறு யோசனையில், என்னால் இது முடியாது என்று சொல்லிவிட்டு விலகிவிடலாம் என்றும் தோன்றியது. அந்தப் பயணத்தின்போது இயக்குநர் இடைவிடாமல் கதையின் தன்மை குறித்தும் கையாளவேண்டிய மொழியின் தொனி குறித்தும் பேசிக்கொண்டே இருந்ததும் பதற்றம் உண்டாக்கியது. லொக்கேஷன் பார்த்துவிட்டுச் சென்னை திரும்பிய பின்பு மீண்டும் அமர்ந்து கதையைப் பிரித்துப் பேசினார்கள். காட்சிகள் எழுதப்பட்டன. பார்த்த லொக்கேஷனில் முகப்புப் பாடல் படம் பிடிக்கப்பட்டது. ஒரு சில காட்சிகளையும் அங்கேயேதான் எடுத்தார்கள். ஆனால் எப்படியோ அந்த மலைத் தொடரும் நதியும் படகுத் துறையும் சென்னைக்கு மிக அருகில் உள்ளவையாக உருமாறிக் கொண்டன. எனக்குத் தெரிந்த மொழியில்தான் நான் வசனம் எழுதினேன். இயக்குநரோ தயாரிப்பாளரோ அப்போது பிராந்திய மொழியின் தேவை குறித்து மறந்துவிட்டிருந்தார்கள்.

சிவசக்திக்கு நான் அதிக நாள் எழுதவில்லை. நூறு எபிசோடுகளோ அதற்குச் சற்று அதிகமாகவோ எழுதினேன். அவ்வளவுதான். கொங்கு மொழி தெரியாதது குறித்தெல்லாம் நான் அச்சப்பட்டிருக்கவே வேண்டாம். அதில் இருந்து விலகுவதற்கு வேறு பல காரணங்கள் மிகவும் இயல்பாக வந்து சேர்ந்தன. ஆனால் தயாரிப்பாளருக்கு அதில் விருப்பமில்லை. நான் இருந்தே தீரவேண்டும் என்று மிகவும் வற்புறுத்தினார். அவர் சொல்லுக்கு மதிப்பளித்து இருந்து பார்க்கலாம் என்று முடிவு செய்தபோதும் அதிகபட்சம் பத்து-

இருபது எபிசோடுகள்தாம் தாக்குப் பிடிக்க முடிந்தது. மன்னித்துவிடுங்கள், வேறொரு சந்தர்ப்பத்தில் எழுதுகிறேன் என்று சொல்லிவிட்டு வந்துவிட்டேன்.

2012 ஆம் ஆண்டு அந்த வேறொரு சந்தர்ப்பம் அமைந்தது. ஹோம் மீடியாவில் சிவசக்திக்குப் பிறகு மாதவி என்ற இன்னொரு தொடர் ஒளிபரப்பாகி நிறைவை நோக்கி நெருங்கிக்கொண்டிருந்தது. அடுத்தத் தொடருக்கு அவர்கள் இயக்குநர் விக்கிரமாதித்தனிடம் பேசியிருந்தார்கள். முத்துச்செல்வன் திரைக்கதை. நான் வசனம்.

தயாரிப்பாளருக்குக் கதை பிடித்து, அவர்கள் அலுவலகத்தில் கதை விவாதம் நடக்க ஆரம்பித்தே கிட்டத்தட்ட ஆறு மாதங்கள் கடந்துவிட்டிருந்தன. சாந்தோம் கடற்கரையோரம் இருந்த கல்பனா ஹவுஸ் என்கிற ஹோம் மீடியா அலுவலகத்துக்கு வாரத்தில் மூன்று நான்கு முறை செல்ல வேண்டியிருந்தது. ஒவ்வொரு நாளும் தயாரிப்பாளர் ஆர்வமுடன் கதைக் காட்சிகளைக் கேட்பார். தனது திட்டங்களை விவரிப்பார். இயக்குநரின் குழுவினருக்கு மதிய உணவளிப்பார். மணிக்கொரு முறை காப்பி டீ எல்லாம் சரியாக வரும். ஆனால் படப்பிடிப்பு தொடங்கும் தேதி மட்டும் யாருக்கும் தெரியாமல் இருந்தது. உண்மையில் தயாரிப்பாளருக்கே அது தெரிந்திருக்கவில்லை என்பது மிகவும் தாமதமாகத்தான் குழுவினருக்குத் தெரிந்தது.

திடீரென்று ஒருநாள் மாதவியை எப்போது முடித்துக்கொள்ளலாம் என்று சானலில் தேதி குறித்துச் சொல்லிவிட்டார்கள். அந்த ஒருநாள் வருவதற்குத்தான் பத்து மாதங்களுக்கு மேலே காத்திருக்க வேண்டியிருந்தது. அது தெரிந்த மறுநாளே தயாரிப்பாளர், இன்றே சானலுக்குச் சென்று கதை சொல்ல வேண்டும் என்று அறிவித்தார்.

அன்றைக்குக் கதாசிரியர் முத்துச் செல்வனால் வர முடியாத சூழ்நிலை இருந்ததால் அவரது கதையை சன் டிவியின் உயரதிகாரி தூரனுக்கு நான் சொன்னேன். இயக்குநரும் தயாரிப்பாளரும் அருகே இருந்தார்கள். அரை மணி நேரம் கதை சொல்லியிருப்பேன். முடித்ததும் நன்றாக இருப்பதாகச் சொன்னார். உடனே தொடங்கிவிடலாம் என்றார்.

அன்றுதான் எனக்கு ஒரு விஷயம் தெரிந்தது. நெடுந்தொடர் உலகில் ஒன்று நடப்பதும் தள்ளிப் போவதும் நடக்காமல் போவதும் சானல் எடுக்கும் முடிவில் மட்டுமே உள்ளது. தயாரிப்பாளரையோ மற்றவர்களையோ நொந்துகொள்வதில் பயனே இல்லை.

தெலுங்கு தயாரிப்பாளர் ஒருவர் முதல் முறையாகத் தமிழில் ஒரு தொடர் தயாரிப்பதன் பொருட்டுச் சென்னைக்கு வந்து தங்கினார். தெலுங்கில் அவர் பெரிய தயாரிப்பாளராகத்தான் இருக்க வேண்டும். நிறைய வெற்றித் தொடர்களைக் கொடுத்தவர் என்று சொன்னார்கள். அதைப் பார்த்துத்தான் தமிழுக்கு அவரை வரவழைத்திருப்பார்கள். வந்தவர், இங்குள்ளவர்களிடம் பேசி விசாரித்து இயக்குநர், ஒளிப்பதிவாளர், திரைக்கதை ஆசிரியர், வசனகர்த்தா என்று ஒவ்வொரு துறையிலும் முன்னணியில் உள்ள டென்னீஷியனாகத் தேடித் தனது புதிய தொடருக்கு நியமித்தார். கதை விவாதம் நடந்தது. காட்சிகள் தயாராயின. ஐந்து எபிசோடுகளுக்கு வசனம்கூட எழுதினேன். பல மாதங்களுக்குப் பிறகு படப்பிடிப்பு ஆரம்பம் என்று சொன்னார்கள். அப்போது வேறொரு இயக்குநர் வந்தார். வேறொரு ஒளிப்பதிவாளர் வந்தார். நான் எழுதிக் கொடுத்த ஐந்து எபிசோடுகளை ஒரு வாரத்தில் படம் பிடித்து முடித்தார்கள். அடுத்த ஒன்றிரண்டு வாரங்களில் ஒளிபரப்புத் தேதி தெரிந்துவிடும் என்றும் அடுத்தடுத்த காட்சிகளை நான் எழுத ஆரம்பித்துவிடலாம் என்றும் தயாரிப்பாளர் சொன்னார்.

ஆனால் மூன்று மாதங்களாகியும் ஒளிபரப்பு குறித்து ஒன்றும் தகவல் இல்லை. பிறகொரு நாள் மீண்டும் தயாரிப்பாளர் அழைத்தார். என்னையே திரைக்கதை எழுத முடியுமா என்று கேட்டார். அவசரத்துக்குச் சில காட்சிகள் என்றால் எழுதுகிறேன்; முழுதும் என்றால் முடியாது என்று சொன்னேன். ஒப்புக்கொண்டார். சுமார் நாற்பது காட்சிகள் எழுதிக் கொடுத்தேன். உடனடியாகப் படப்பிடிப்புக்குச் சென்றுவிடலாம், அடுத்த மாதம் முதல் ஒளிபரப்பு நிச்சயமாக இருக்கும் என்று சொன்னார். சரி என்று கேட்டுக்கொண்டு வந்தேன்.

இன்னொரு மாதம் கழித்து வேறொரு இயக்குநர் இயக்கவிருப்பதாகச் சொன்னார். ஆனால் அதற்கடுத்த மாதம் முதலில் இயக்கிய இயக்குநரே திரும்பவும் இயக்க வந்திருப்பதாக அறிந்தேன். முதலில் இயக்கிய ஐந்து எபிசோடுகளை பைலட் காட்சிகளாகக் கொடுத்திருப்பதாகச் சொன்னார்கள். இது எனக்குப் புதிதாக இருந்தது. பைலட் எபிசோட் என்பது, ஒளிபரப்பாகவிருக்கும் தொடரின் நிறைகுறைகளை முன்கூட்டித் தெரிந்துகொண்டு உரிய மாற்றங்கள் சொல்வதற்காக சானல் கேட்கும் மாதிரிக் காட்சிகளைக் கொண்டது.

எனக்குத் தெரிந்து சன் டிவியில் அப்போது பைலட் கேட்கும் வழக்கம் இல்லை. அங்கே இயங்கிக்கொண்டிருந்த அனைத்துத் தயாரிப்பாளர்களும் பல வருடங்களாகத் தொடர்களை வழங்கிக்கொண்டிருந்தவர்கள். ஒன்று முடியும் நேரத்தில் அடுத்ததற்கான கதையைச் சொன்னால் போதும். அது ஏற்கப்பட்டால் நேரடியாகப் படப்பிடிப்புக்குச் சென்றுவிடுவார்கள்; ஒளிபரப்புத் தேதி முடிவானதும் ஒளிபரப்பாகத் தொடங்கிவிடும். ஆனால் அந்தத் தெலுங்கு தயாரிப்பாளர் சொன்னது எனக்குப் புதிதாக இருந்தது. சரி, தெலுங்கில் அவர் எவ்வளவு பெரிய தயாரிப்பாளராக இருந்தாலும் தமிழுக்குப் புதியவர் என்பதால் இருக்கலாம் என்று நினைத்தேன்.

அந்த ஐந்து எபிசோட் பைலட் காட்சிகளைக் கொடுத்த பின்பும் படப்பிடிப்புத் தேதி அறிவிக்கப்படவில்லை. கொடுத்த காட்சிகளின் குறை நிறையும் சொல்லப்படவில்லை. இதற்கிடையில் மீண்டும் ஒருமுறை இயக்குநர் மாற்றப்பட்டு, புதிதாக வேறொரு திரைக்கதை ஆசிரியர் உள்ளே வந்தார். எனக்கு வேறு சில சீரியல்களை ஒப்புக்கொள்ள வேண்டியிருந்ததால் நான் விலகிக்கொள்கிறேன் என்று சொல்லிவிட்டு வந்துவிட்டேன்.

அதன் பிறகு ஹோம் மீடியாவுக்கு விக்கிரமாதித்தன் இயக்கிய உதிரிப் பூக்கள் தொடருக்கு நூறு எபிசோடுகள் எழுதி, அதில் இருந்து வெளியேறி, சினி டைம்ஸில் இரண்டு தொடர்களுக்கு எழுத ஆரம்பித்து, ராடனுக்குச் செல்லமே எழுதச் சென்று, அது நிறைவடைந்து வாணி ராணியும் ஆரம்பமானபின்பு அந்தத் தெலுங்கு தயாரிப்பாளரின் தொடருக்கு ஒளிபரப்புத் தேதி கிடைத்ததை அறிந்தேன். உண்மையில் அவருக்காக மிகவும் வருத்தப்பட்டேன்.

ஒவ்வொரு மாதமும் அவர் ஹைதராபாதில் இருந்து விமானத்தில் வருவார். சென்னையில் உள்ள ஆந்திரா க்ளப்பில்தான் தங்குவார். அங்கிருந்துதான் ஒவ்வொரு நாள் காலையும் என்னைப் பேச அழைப்பார். ஆந்திரா க்ளப்பில் பெரும்பாலும் காலைச் சிற்றுண்டியில் உப்புமா இருக்கும். அது ஓரளவு ருசியாகவும் இருக்கும். தெரியாத்தனமாக ஒருமுறை அது குறித்து நண்பர் ஒருவரிடம் சொல்லிவிட்டேன். அதன் பிறகு எப்போது நான் அந்தத் தெலுங்கு தயாரிப்பாளரைச் சந்தித்துவிட்டு வந்தாலும் உப்மா மீட்டிங் முடிஞ்சிதா என்று கேட்கத் தொடங்கினார்.

ஒன்று சொல்ல வேண்டும். ஒளிபரப்பு தொடங்கிவிட்ட பின்பும் ஒருமுறை அந்தத் தயாரிப்பாளர் என்னை எழுதக் கூப்பிட்டார். எனக்குத்தான் நேரமில்லாமல் போய்விட்டது.

ஹோம் மீடியாவின் உதிரிப் பூக்களுக்கு சேனலில் சம்மதம் சொன்னபோது நேரம் பிற்பகல் இரண்டு மணி இருக்கும். நல்ல பசியில் இருந்தோம். நான் பசியுடன் கதையும் சொல்லியிருந்ததால் இன்னுமே சோர்ந்திருந்தேன். ஆனால் ஆரம்பித்துவிடுங்கள் என்ற சொல் அக்களைப்பைப் போக்கிவிட்டது. கிட்டத்தட்ட ஆறு மாதக் காத்திருப்புக்குப் பிறகு நிம்மதி கொள்ள ஒரு சந்தர்ப்பம். தயாரிப்பாளர் மிகுந்த மகிழ்ச்சியுடன் எங்களைச் சாப்பிட அழைத்துச் சென்றார். மறுநாள் காலை பத்து மணிக்கு அலுவலகம் வந்துவிடச் சொன்னார்.

அவரிடம் விடைபெற்றுக்கொண்டு, இயக்குநரிடமும் சொல்லிவிட்டு ஸ்கூட்டரில் ஏறிக் கடற்கரைச் சாலையைக் கடந்து ராதாகிருஷ்ணன் சாலைக்குள் நுழைந்தபோது போன் ஒலித்தது. வண்டியை ஓரமாக நிறுத்திவிட்டு இறங்கிப் பேசினேன். அப்போதுதான் சினி டைம்ஸின் தலைமை நிர்வாகி சௌந்தர்ராஜன் அழைத்தார். மறுநாள் மதியம் அலுவலகத்துக்கு வர முடியுமா என்று கேட்டார்.

அந்நாளை மறக்க மாட்டேன். காலை பத்து மணிக்கு சாந்தோமில் ஹோம் மீடியா அலுவலகத்தில் தயாரிப்பாளர் சுஜாதா ஐம்பதாயிரம் ரூபாய்க்கான காசோலையைக் கொடுத்து, இது அட்வான்ஸ் என்று சொன்னார். நன்றி சொல்லிவிட்டு, அங்கிருந்து நேரே புரசைவாக்கம் சென்றேன். தயாரிப்பாளர் சித்திக் முத்தாரத்துக்கு எழுதச் சொல்லி, இருபத்தையாயிரத்துக்கான காசோலை ஒன்றைக் கொடுத்தார். நேரம் அவ்வாறு இருந்தது என்பதற்கு அப்பால் வேறென்ன?

ஆனால் உதிரிப் பூக்களிலும் என்னால் நூறு எபிசோடுகளுக்கு மேலே தொடர முடியாமல் போனது. விக்கிரமாதித்தன் மூலமாகத்தான் தயாரிப்பாளர் சித்திக்கின் தொடர்பு வாய்த்தது. ஆனால் இரண்டு

தொடர்களுக்கும் நான் ஒரே சமயத்தில் எழுதத் தொடங்கியது இயக்குநருக்குச் சங்கடமளித்தது. என்னுடைய முழுக் கவனமும் உதிரிப் பூக்களில் மட்டுமே இருக்க வேண்டும் என்று அவர் நினைத்தார். இரண்டல்ல. இருபது தொடர்களுக்கு எழுதினாலும் என் கவனம் சிதறாது என்பதை எப்படி நிரூபிக்க இயலும்? தவிர எனக்கு நிரூபணங்களில் என்றுமே நம்பிக்கை இருந்ததில்லை. அமைதியாக இருந்துவிட நினைத்தேன். அது ஒரு கட்டத்தில் அமைதியாக ஒதுங்கிவிடும் நிலைக்குக் கொண்டு சென்றது.

இப்போதும் தயாரிப்பாளர் சுஜாதா அம்முடிவைக் கடுமையாக எதிர்த்தார். நான் போகவே கூடாது என்று சொன்னார். அவருக்கு என்னுடைய வசனங்கள் பிடித்திருந்தன. நான் வேலை செய்யும் விதம் பிடித்திருந்தது. அவரிடம் சொன்னேன், உங்களுக்குப் பிடிப்பது ஒரு பொருட்டல்ல. இயக்குநருக்குப் பிடித்தால்தான் தொடர் சரியாக வரும்.

சுமார் ஒரு மணி நேரத்துக்கும் மேலே அவர் என்னைத் தடுத்து நிறுத்தப் பேசிப் பார்த்தார். நான் அவருக்கு ஒரே ஒரு வாக்களித்தேன்.

வாய்ப்பிருந்தால் இன்னொரு முறை உங்களுக்கு எழுத வருவேன். அப்போது எந்த இடையூறு வந்தாலும் இறுதி வரை இருப்பேன்.

அது நடந்தது. ஆனால் ஐந்தாண்டுகளுக்குப் பிறகு. 2017 ஆம் ஆண்டின் இறுதியில் ஹோம் மூவி மேக்கர்ஸ் கண்மணி என்ற தொடரைத் தயாரிக்க முடிவு செய்தபோது சுஜாதா என்னை எழுத அழைத்தார். அப்போது வாணி ராணி, கல்யாணப் பரிசு என்று இரண்டு தொடர்களுக்குத்தான் எழுதிக்கொண்டிருந்தேன். மூன்றாவதாகக் கண்மணியை ஒப்புக்கொண்டு எழுத ஆரம்பித்தேன். பல இயக்குநர்கள், பல திரைக்கதை ஆசிரியர்கள், பல்வேறு ஷெட்யூல் டைரக்டர்கள்

அடிக்கடி மாறிக்கொண்டே இருந்த அந்தத் தொடரில் அதுவரை பார்க்காத பல நூதனமான பிரச்னைகளைப் பார்க்க நேர்ந்தது. ஆனால் எதுவுமே என் வேலையை நேரடியாக பாதிக்காதிருக்கும்படியாக அமைத்துக்கொள்ள இடைப்பட்ட காலத்தில் பயின்றிருந்தேன். கண்மணி 2021 ஆம் ஆண்டு நிறைவடைந்தபோது பூஜை முதல் இறுதிக் காட்சி வரை அதில் பணியாற்றிய ஒரே நபராக நான் மட்டும்தான் இருந்தேன்.

முத்தாரத்துக்குப் பிறகு மீண்டும் அப்படியொரு சந்தர்ப்பம்.

18. மாற்ற முடியாதவை

உணர்ச்சிவசப்படாமல், எந்தச் சார்பு நிலையும் எடுக்காமல், காட்டெருமைத் தோலால் செய்யப்பட்ட இதயத்தில் கைவைத்துச் சிந்தித்துப் பார்த்தால் ஒரு நெடுந்தொடரின் வெற்றிக்கு அதன் திரைக்கதை ஆசிரியரும், தோல்விக்கு மற்றவர்களும் காரணம் என்ற முடிவுக்கு வர முடியும். ஆனால் மிகச் சிறிய சரிவு உண்டாகும்போதுகூட முதல் வேலையாகத் திரைக்கதை ஆசிரியர்களை மாற்றிவிடுவார்கள்.

2004 ஆம் ஆண்டு தொடங்கி, கொரோனா வந்து சென்ற 2020 ஆம் ஆண்டின் இறுதிவரை அநேகமாக இடைவெளியே இல்லாமல் தொடர்களுக்கு வசனம் எழுதிக்கொண்டிருந்தேன். எனக்குத் தீராத வியப்பாக இருந்தது இதுதான். கோடிக்கணக்கான முதலீட்டில் நடைபெறும் வியாபாரம். நட்சத்திர அந்தஸ்து குறையாத நடிகைகள், திரைப்படத் துறையில் இருந்து வந்த நடிகர்கள், மூத்த கலைஞர்கள், புதிய புயல்கள் பலர் ஒரு சீரியலில் பணிபுரிவார்கள். தொடர் வெற்றியடையும்போது அவர்கள் இன்னும் பெரிய உயரங்களுக்குச் சென்றுவிடுவார்கள். ஆனால் சரிவைச் சந்திக்க நேர்ந்தாலோ, தோல்வியடைந்தாலோ அதன் பாதிப்பு அவர்களைத் தொடாது. இரண்டு

வாரங்கள் ரேட்டிங் சரியுமானால் திரைக்கதை ஆசிரியரைக் கூப்பிட்டு உட்கார வைத்து நூறு கேள்வி கேட்பார்கள். ஆயிரம் திருத்தங்கள் சொல்வார்கள். அதே ரேட்டிங் ஏறிக்கொண்டிருக்குமானால் அவர்களைப் பொருட்படுத்தவே மாட்டார்கள். அவர்கள் வேலையில் தொடர்ந்து இருப்பதே பெரிய அங்கீகாரம் என்று கொள்ள வேண்டும்.

இது ஏன் இவ்வாறு அமைந்தது என்பது புரியவில்லை. திரைக்கதை ஆசிரியர்கள் என்பவர்கள் எழுத்தாளர்கள் அல்லர். பெரும்பாலும் அவர்களுக்கு சுவாரசியமாகவோ, சரியாகவோ எழுத வராது. ஆனால் அவர்கள் சிறந்த கதை சொல்லிகளாக இருப்பார்கள். வலுவான காட்சிகளை உருவாக்கி, அவற்றின் இடமும் தேவையும் அறிந்து ஒன்றன்மீது ஒன்றாக அடுக்கும் கலையில் வல்லவர்கள். தொலைக்காட்சித் தொடர்கள் பெரும்பாலும் முப்பத்தைந்து வயதுக்கு மேற்பட்ட, வேலைக்குச் செல்லாத தமிழ்ப் பெண்களால் ரசிக்கப்படுபவை. ரேட்டிங் என்பது அவர்களால் வழங்கப்படுவது மட்டுமே. அவர்கள் எதை விரும்புவார்கள், எதை விரும்பமாட்டார்கள் என்பதைத் துல்லியமாகத் தெரிந்துகொண்டு காட்சிகளை அமைப்பார்கள்.

முந்தானை முடிச்சு தொடரில் பணியாற்றிக்கொண்டிருந்தபோது அமிர்தராஜ் என்ற திரைக்கதை ஆசிரியர் அறிமுகமானார். பின்னாள்களில் விகடன் தயாரித்த பல தொடர்களின் வெற்றிக்குக் காரணமாக இருந்தவர். யதார்த்தம், இயல்புத்தன்மை, நடைமுறை சாத்தியம் போன்றவற்றை அவ்வளவாகப் பொருட்படுத்த மாட்டார். ஆனால் அவர் எழுதிய ஒரு காட்சிகூட போரடிக்கிறது என்று சேனல் மாற்ற வைக்காது. முந்தானை முடிச்சு தொடரில் பிரேமா என்றொரு கதாபாத்திரம் இருந்தது. அந்தப் பாத்திரம்தான் கதையின் முக்கியமான கெட்ட சக்தி. ஒரு வில்லன் அல்லது வில்லி என்றால் எப்போதும் சதித் திட்டம்

தீட்டிக்கொண்டிருக்க வேண்டும். தீட்டிய திட்டங்களைத் தனது சகாக்கள் அல்லது அடியாள்களிடம் விளக்கிச் சொல்ல வேண்டும். அதன் பிறகு திட்டங்களுக்குச் செயல் வடிவம் தர வேண்டும். அப்போதுதான் தீய சக்தி என்ன செய்யவிருக்கிறது என்பது படிப்படியாக நேயர்களுக்கு விளங்கும். பிறகு அதை நல்ல சக்தி எவ்வாறு எதிர்கொள்ளப் போகிறது என்று பார்க்கும் ஆவல் பிறக்கும்.

முந்தானை முடிச்சின் கெட்ட சக்தியான பிரேமா கதாபாத்திரத்துக்கு ஒரு கணவன் இருப்பான். ஆனால் கதைப் போக்கில் அவன் நல்ல சக்திகளுடன் சேர்ந்துவிட்டவன். ராமாயணத்தில் வருகிற விபீஷணனைப் போன்ற ஒரு பாத்திரம். அவனை விட்டால் பிரேமா பேசுவதற்குக் கூடக் கதையில் இன்னொரு பாத்திரம் கிடையாது. தாய் தந்தையோ, பெற்ற பிள்ளைகளோ, பிற உறவுகளோ, நண்பர்களோ இல்லாதவள். என்றால், பிரேமாவின் திட்டங்கள் நேயர்களுக்கு எப்படித் தெரியவரும்?

திரைக்கதை ஆசிரியர் கவலையே படமாட்டார். பிரேமா இடம்பெறுகிற அனைத்துக் காட்சிகளிலும் அவள் தனது திட்டங்களை, கருத்துகளை, வஞ்சத்தைத் தனக்குத்தானே சொல்லிக்கொள்வாள். மைண்ட் வாய்ஸ் என்று இதற்குப் பெயர். வாய் திறந்து பேசாமல் உள்ளத்துக்குள் ஒலிபரப்பிக்கொள்ளும் கதாபாத்திரம். எல்லா சீரியல்களிலும் அவ்வப்போது இப்படி யாராவது தனக்குத்தானே பேசிக்கொள்வது வழக்கம்தான். ஆனால் பிரேமாவின் சாதனை மிகப் பெரிது. முந்தானை முடிச்சு தொடரின் தொடக்கம் முதல் இறுதிவரை அவள் தன்னையறியும் கலையைத் தனக்குத்தானே மட்டுமே பேசிப் பயின்றாள்.

அந்தத் தொடருக்கு எழுத ஆரம்பித்த நாள்களில் எனக்குக் காட்சியில் பிரேமா வந்தாலே சிரிப்பு வந்துவிடும்.

சொற்பொழிவாற்றும் கதாபாத்திரங்கள் திரைக்கதை இலக்கணத்துக்கு விரோதிகள் அல்லவா? அவை தோல்வியை அல்லவா தரும் என்று தோன்றியபடியே இருக்கும். ஒரு வசனகர்த்தாவுக்கு சாத்தியமுள்ள வகையில் ஏதாவது செய்து தனக்குத்தானே பேசிக்கொள்வதைச் சற்றுக் குறைக்கலாம் என்றால் அந்தக் கதாபாத்திரத்தில் அது சாத்தியமே இல்லை. ஏனெனில், பிரேமாவுடன் பேசுவதற்கு மொத்தக் கதையிலும் யாரும் கிடையாது.

ஆரம்பத்தில் மிகுந்த சிரமப்பட்டுத்தான் அந்தக் காட்சிகளை எழுதிக்கொண்டிருந்தேன். ஒரு திருமணத்துக்குச் சென்றிருந்தபோது என் உறவுக்காரப் பெண் ஒருத்தி என்னைக் கண்டதும் ஓடோடி வந்து ஆவேசமாகச் சொன்னாள்,

இந்த பிரேமா ஏண்டா இப்படி இருக்கா? அவளுக்கு நல்ல புத்தியே வராதா? அவ திருந்தவே மாட்டாளா? ஒருநாள்கூட என்னை நிம்மதியா தூங்கவே விடமாட்டேங்கறாடா. அவளைப் பார்க்கவே கூடாதுன்னு நினைக்கறேன். ஆனா அடுத்து என்ன பண்ணப் போறான்னு தெரிஞ்சிக்காம இருக்கவும் முடியல. என் நிம்மதியே போச்சு.

திரைக்கதை இலக்கணம் என்னவானால் என்ன? முந்தானை முடிச்சு தொடரின் ரேட்டிங் எப்போதும் இழுத்துக் கட்டிய பால்பாயிண்ட் பேனாவின் ஸ்பிரிங்கைப் போல விடைத்து நின்றதன் காரணம் அன்று எனக்குப் புரிந்தது.

வாணி ராணிக்குத் திரைக்கதை எழுதிய குமரேசன், இந்தப் பாணிக்கு முற்றிலும் நேரெதிர் பாணியைக் கையாண்டவர். ஆயிரத்து ஐந்நூறு எபிசோடுகளுக்கு மேலே ஒளிபரப்பாகி நிறைந்த அந்தத் தொடரில் நான் ஒரு வசனத்தைக்கூட மைண்ட் வாய்ஸாக எழுதியதில்லை. மாறாக, வசனமே இல்லாமல் ஒரு முழு நீளக் காட்சிக்கு எழுதும் அனுபவம் அதில் கிடைத்தது.

சுமார் பத்து நிமிடங்களுக்கு வரக்கூடிய பெரிய காட்சி அது. வாணிக்கு உடம்பு சரியில்லை. வீட்டில் அவளைக் கவனித்துக்கொள்ளும் வேலைக்காரிக்கு அவ்வளவாக விவரம் போதாது. வாணியின் சகோதரி ராணி போனில் அந்த வேலைக்காரிக்குப் பத்திய உணவு சமைப்பது எப்படி என்று விவரிக்க வேண்டும். போனை எடுத்துப் பேசத் தொடங்கும்போதே ஏதோ ஒரு அவசர அழைப்பு வந்து வேலைக்காரி போனை வைத்துவிட்டு உள்ளே போய்விடுவாள். வாணி அதை எடுத்துக் காதில் வைத்துக் கேட்பாள். எதிர்முனையில் பேசுபவள், சொந்தத் தங்கைதான். ஆனால் பேச்சுவார்த்தை கிடையாது. ஒரு தண்டனையாகத் தான் பல வருடங்களாகப் பேசாமலே இருந்தபோதும் தங்கை எவ்வளவு பாசத்துடன் தனக்குத் தேவையான பத்திய உணவை விளக்குகிறாள் என்பதைக் கேட்டு நெகிழ்ச்சியடைய வேண்டும்.

இது காட்சி.

அந்தத் தொடரில் வாணியாகவும் ராணியாகவும் இரட்டை வேடங்களில் நடித்தவர் ராதிகாதான். ஆனால் ரசிகர்கள் மத்தியில் ராணிதான் பிரபலம். அந்தத் தொடரின் வெற்றிக்குச் சந்தேகமில்லாமல் படிப்பறிவில்லாத ராணியின் பாத்திர வார்ப்பும் அவள் வரும் காட்சிகளில் ராதிகா நிகழ்த்திய சாகசங்களுமே காரணம். ஆனால் அந்தக் குறிப்பிட்ட காட்சியை எழுத நேர்ந்தபோது நான் ராதிகா அவர்களுக்கு போன் செய்து சொன்னேன்,

நீங்கள் என்ன செய்வீர்கள் என்று தெரியாது. ஆனால் இந்தக் காட்சியில் ராணி தோற்று, வாணி வெல்ல வேண்டும். வழக்கம்போல ராணியே வெற்றி பெற்றால் காட்சி படுத்துவிடும்.

அவர் அதைச் செய்து காட்டினார். ஒருபுறம் மூச்சு விடாமல் ராணி போனில் பேசிக்கொண்டே செல்வாள்.

மறுபுறம் போனைக் காதில் வைத்துக்கொண்டு வாணி சும்மா நிற்பாள். உதடுகள் மட்டும் லேசாக அசையும். இமைகள் மட்டுமே மூடித் திறக்கும். ஒரு சொட்டுக் கண்ணீர் கூட உதிராது. ஆனால் மொத்தக் காட்சியையும் வாரிச் சுருட்டிக்கொண்டு சென்றுவிடுவாள்.

குரு சம்பத்குமார், ஜோதி அருணாசலம், ராஜ் பிரபு, தேவிபாலா உள்ளிட்ட பல திரைக்கதை ஆசிரியர்களின் காட்சிகளுக்கு எழுதியிருக்கிறேன். எப்போதெல்லாம் நான் எழுதிய வசனங்கள் நன்றாக இருப்பதாகச் சொல்கிறார்களோ அப்போதெல்லாம் தவறாமல் சொல்வேன். இந்தப் பாராட்டைத் திரைக்கதை ஆசிரியருக்குச் சொல்லுங்கள்.

ஒரு நெடுந்தொடரில் வசனம் உள்பட எது நன்றாக இருந்தாலும் அதற்கு அவர்கள்தாம் காரணம். இதில் சந்தேகமே இல்லை. சித்தி தொடரின் இரண்டாம் பாகம் தயாரிக்கப்பட்டபோது அதற்கு நான் வசனம் எழுதினேன். அந்தத் தொடரிலும் ராதிகாதான் கதாநாயகி. சித்திதான். ஆனால் சித்திக்கும் வயதாகும் அல்லவா? அதைச் சமாளிக்கத் திரைக்கதை ஆசிரியர் ஒரு வழியைக் கண்டுபிடித்தார். இரண்டாம் நிலைக் கதாபாத்திரங்களாக வந்தவர்களுள் ஓர் இளம் ஜோடியைச் சொருகி வைத்தார். ராதிகா வரும் காட்சிகளில் வைக்க முடியாத இளமைத் துள்ளலையும் நகைச்சுவையையும் சமகாலத் தலைமுறையின் மனப்போக்கையும் அந்தக் கதாபாத்திரங்கள் வரும் காட்சிகளுக்குத் திசை மாற்றி விட்டதன் விளைவு, அவர்களது டிராக், அந்தத் தொடரின் தனித்த அடையாளமாகிப் போனது.

சினிமாவில் திரைக்கதை என்பது ஒரு விஷயத்தை எப்படிச் சொல்கிறோம் என்பது. சீரியல்களில் அது, எதை என்னவாக மனத்தில் பதிய வைக்கிறோம் என்பதாக உருமாற்றம் கொள்ளும். நான் பணிபுரிந்த சீரியல்களில் பல திரைக்கதை ஆசிரியர்கள் அதில்

விற்பன்னர்களாக இருந்தார்கள். ஓர் அந்நியனாக, மூன்றாம் மனிதனாக, கடைநிலை ஊழியனாக எனக்குப் புரிந்த இந்த உண்மை தயாரிப்பாளர்களுக்கும் சேனல்களுக்கும் தெரிந்திருக்காதா? ஆனால் எப்படிப்பட்ட நெருக்கடி உண்டானாலும் அவர்கள் முதலில் திரைக்கதை ஆசிரியர்களையே மாற்றுவார்கள். ஒரு நடிகையின் மோசமான நடிப்பின் பொருட்டு ஒரு சீரியலைப் பார்க்க வேண்டாம் என்று மக்கள் நினைத்திருக்கலாம். அப்படி ஒரு கோணமே கிடையாது என்பது போல நடந்துகொள்வார்கள். காட்சிகள் சரியாக வெட்டப்படாமல் இழுத்துக்கொண்டே செல்வது பல தருணங்களில் தோல்வியின் காரணமாக இருக்கும். ஆனால் எடிட்டரை மாற்ற மாட்டார்கள். வீட்டுக் காட்சிகளை சாலையில் எடுப்பார்கள். கோர்ட் காட்சிகளை மருத்துவமனையில் எடுப்பார்கள். நான்கு பேர் பங்குபெற வேண்டிய காட்சியை இரண்டு பேரைக் கொண்டு முடிப்பார்கள். காட்சித் தொடர்ச்சி, உடைத் தொடர்ச்சி, கதைத் தொடர்ச்சி, பாத்திரத் தொடர்ச்சி நடுநடுவே அறுந்து தொங்கும். அதற்கெல்லாம் யார் காரணம் என்று பார்க்க மாட்டார்கள். எதுவானாலும் திரைக்கதை ஆசிரியர்.

ஒரு சம்பவம் என்னால் மறக்கவே முடியாது. அன்றைக்கு வெள்ளிக்கிழமை. ஒரு சீரியலின் அன்றைய அத்தியாயம் ஒளிபரப்பாகி முடிந்து பதினைந்து நிமிடங்கள் ஆகியிருக்கும். சேனலில் இருந்து ஓர் உயரதிகாரி அழைத்தார். ஒளிபரப்பு முடிந்த உடனே அழைக்கிறார் என்றால் ஏதோ விவகாரம் என்று புரிந்தது. என்னவென்று தெரியவில்லை. ஒரு நிமிடம் லைனில் இருங்கள் என்று சொல்லிவிட்டு அதே அழைப்பில் திரைக்கதை ஆசிரியரை இணைத்தார். சில விநாடிகளில் தயாரிப்பாளரும் இணைந்துகொண்டார். பெரிய சிக்கல்தான் என்று நினைத்தேன்.

அன்றைக்கு ஒளிபரப்பானது ஓர் அலுவலகக் காட்சி. ஒரு பெரிய பிசினஸ் மேனின் அறைக்குள் எடுக்கப்பட்ட காட்சி. இரண்டு பேர் குறிப்பிட்ட பிசினஸ் மேனிடம் வந்து ஏதோ பேசிவிட்டுச் செல்வார்கள். எளிய, சிறிய காட்சிதான். ஆனால் அப்படி வந்து அமர்ந்து பேசியவர்கள் பிளாஸ்டிக் நாற்காலியில் அமர்ந்து பேசியிருக்கிறார்கள். இது பிழை. பெரும்பிழைதான். அத்தனை பெரிய பணக்கார பிசினஸ் மேனின் அறைக்குள் எப்படி இரண்டு பிளாஸ்டிக் நாற்காலிகள் வரலாம்? நேயர்கள் முட்டாள்கள் அல்லர். தொடர் முடிந்த விநாடியில் இருந்து போன் வந்துகொண்டே இருக்கிறது. என்ன வேலை பார்க்கிறீர்கள் எல்லோரும்?

அதிகாரி தனது கண்டனத்தைத் தெரிவிக்கத் தொடங்கி ஐந்து நிமிடங்கள் ஆயின. பத்து நிமிடங்கள் ஆயின. அரை மணி நேரம் ஆனது. அவர் நிறுத்துவதாக இல்லை. பொறுப்போடு படமெடுக்க வேண்டியதன் அவசியம் குறித்து மிக நீண்ட பேருரை ஆற்றிவிட்டுத்தான் ஓய்ந்தார். அவரிடம் நாங்கள் சொல்ல நினைத்துச் சொல்லாமல் விட்டது ஒன்றுண்டு. வந்தவர்கள் பிளாஸ்டிக் நாற்காலியில் அமர்ந்து பேசியதற்குத் திரைக்கதை ஆசிரியரோ, வசனகர்த்தாவோ காரணமல்ல. சொல்லப் போனால் சீரியல்களில் அதற்கு இயக்குநர்கூடக் காரணமல்ல. தயாரிப்புத் தரப்பில் என்ன தருகிறார்களோ அதைக் கொண்டு காட்சியை முடித்தாக வேண்டும். அவ்வளவுதான்.

நான் பணியாற்றிய தொடர்களில் முந்தானை முடிச்சு, வாணி ராணி, கல்யாணப் பரிசு என்ற மூன்று தொடர்களில் மட்டும்தான் திரைக்கதை ஆசிரியர் மாற்றப்படாமல் இறுதிவரை ஒருவரே இருந்தார். மற்ற அனைத்துத் தொடர்களிலும் குறைந்தபட்சம் மூன்று திரைக்கதை ஆசிரியர்களாவது நடுவே மாறினார்கள். ஓர் இயக்குநர் மாறுவதோ, வசனகர்த்தா மாறுவதோ, மற்ற

தொழில்நுட்பக் கலைஞர்கள் மாறுவதோ, கதாநாயகியே மாறுவதுகூட சீரியல்களின் வெற்றி தோல்வியைப் பெரிதாக பாதிக்காது. ஆனால் அடிக்கடி திரைக்கதை ஆசிரியர்கள் மாற்றப்பட்ட எந்தத் தொடரும் வெற்றி பெற்றதில்லை.

19. பத்தாவது தளம்

பட்டினப்பாக்கத்தில் உள்ள சன் தொலைக்காட்சி அலுவலகத்துக்கு முதல் முறை சென்றபோது நெடுநேரம் வெளியே நின்று அக்கட்டடத்தின் உயரத்தையும் பிரம்மாண்டத்தையும் பார்த்துக்கொண்டே இருந்தேன். ஒரு தொலைக்காட்சி நிலையம் அவ்வளவு பெரிதாக இருக்கும் என்று எண்ணிப் பார்த்ததில்லை. அங்கிருந்த பாதுகாப்பு ஏற்பாடுகள், பரிசோதனைக் கட்டங்களைத் தாண்டி உள்ளே சென்றபோது விமான நிலையத்துக்குள் நுழைவது போலிருந்தது. அந்த அலுவலகத்தின் வரவேற்பறை ஏழெட்டு பெரிய அலுவலகங்களை சேர்த்துக் கட்டியது போலத் தோற்றமளித்தது. குளிரூட்டப்பட்ட விசாலமான வெளியின் ஓர் ஓரத்தில் நான்கைந்து பெண்கள் வரவேற்புப் பணியில் இருப்பார்கள். அவர்களிடம் பெயரைச் சொல்லி, யாரைச் சந்திக்க வந்திருக்கிறோம் என்று தெரிவித்தால் அதே அரங்கின் இன்னொரு மூலையில் போடப்பட்டிருக்கும் இருக்கைகளைச் சுட்டிக்காட்டி உட்காரச் சொல்வார்கள். உட்காரும் இடத்தில் பத்து தொலைக்காட்சித் திரைகளில் சன் தொலைக்காட்சியின் பல்வேறு சேனல்களில் அப்போது ஒளிபரப்பாகிக்கொண்டிருக்கும் நிகழ்ச்சிகள் ஓடிக்கொண்டிருக்கும். வெறும் காட்சிதான். ஒலி இருக்காது. அம்மாபெரும் கட்டடமே அமைதியின்

அடித்தளத்தில் எழுப்பப்பட்டது போல உணரத் தோன்றும். அது சிறிது அச்சம் தரும். திடீரென்று லிப்டில் வந்திறங்கி யாரோ வெளியே போவார்கள். திடீரென்று வெளியிலிருந்து யாரோ உள்ளே வருவார்கள். எல்லோருமே எங்கோ எப்போதோ பார்த்தவர்கள் போலத் தெரிவார்கள். யாரென்று யோசித்துத் தெளிவதற்குள் அவர்கள் பார்வையிலிருந்து மறைந்துவிடுவார்கள். யாரும் யாருடனும் உரத்த குரலில் பேசிச் செல்வதைக் காண முடியாது.

முத்தாரம் தொடரின்போதுதான் முதல் முதலில் சன் தொலைக்காட்சி அலுவலகத்துக்கு அடிக்கடிச் செல்ல வேண்டியிருந்தது. பேருந்து வைத்துச் சுற்றுலா அழைத்துச் செல்லும் பள்ளி ஆசிரியரைப் போலத் தயாரிப்பாளர் சித்திக் எங்களை அழைத்துச் செல்வார். அந்த அலுவலகத்தில் மொத்தம் பன்னிரண்டு தளங்கள் உண்டு. பத்தாவது தளத்தில் சீரியல்களுக்குப் பொறுப்பாளரான சன் டிவியின் துணைத் தலைவர் தூரன் கந்தசாமி இருப்பார். அப்போது சனி ஞாயிறுகளில் ஒளிபரப்பு இருக்காது. வாரம் ஐந்து நாள்கள்தாம். ஒவ்வொரு நாளும் பதினெட்டு சீரியல்கள் ஒளிபரப்பாகும். அந்தப் பதினெட்டு சீரியல்களின் தயாரிப்பு நிறுவனங்களுடனும் தொடர்புகொண்டு, கதைகளைப் பேசி விவாதித்து, காட்சிகளில் திருத்தம் சொல்லி, வசனங்களில் தேவையான மாற்றங்களைத் தெரிவித்து, இயக்குநர்களுக்கு யோசனைகள் தந்து, தயாரிப்புத் தரப்புக் குளறுபடிகளைச் சுட்டிக்காட்டிக் கண்டித்து, அந்தந்த மாதத்துக்கான எபிசோடுகளை ஒழுங்கு செய்து கொடுக்கும் மொத்தப் பணியை அவர் மட்டுமே செய்துகொண்டிருந்தார்.

மாதம் ஒருமுறை அனைத்து சீரியல் சம்பந்தப்பட்டவர்களையும் வரச் சொல்லுவார். காலை ஒரு கம்பெனி. மதியம் ஒரு கம்பெனி என்று நேரம் பிரித்துக்கொண்டு அனைத்துக் குழுவினருடனும்

தனித்தனியே உரையாடுவார். ஒவ்வொருவரும் அந்தந்த மாதத்துக்கான கதையை அவரிடம் சொல்ல வேண்டும். அனைத்தையும் பொறுமையாகக் கேட்டுக்கொண்டு சூரிய வம்சம், வானத்தைப் போல, சமுத்திரம் உள்ளிட்ட, குடும்ப உறவுகளின் பெருமையைப் பேசும் நான்கைந்து படங்களைத் தவறாமல் நினைவுகூர்வார். நமது தொடர்கள் அப்படி இருக்க வேண்டும் என்று சொல்வார். திரைக்கதை ஆசிரியர்கள் பலமாகத் தலையாட்டி ஒப்புக்கொண்டு காப்பி சாப்பிட்டுவிட்டுப் புறப்பட்டுச் செல்வார்கள். ஆனால் எப்போதும்போல பயங்கரமான வில்லத்தனம் செய்யும் பெண்கள், தலைவிரிகோல அடியாள்கள், போலிஸ் நிலைய அடிதடிகள், சதித் திட்டங்கள், அழிக்காமல் விடமாட்டேன், வாழாவெட்டியாக்கியே தீருவேன் போன்ற சபதங்களுடன் காட்சிகளை எழுதி அனுப்பிவிடுவார்கள்.

தான் கூடாது என்று சொன்னவற்றையே மீண்டும் மீண்டும் செய்கிறார்களே என்கிற வருத்தம் அவருக்கு இல்லாமல் இராது. சகித்துக்கொண்டு ஒளிபரப்பிவிட்டு மீண்டும் அடுத்த மாதம் அழைத்து சூரிய வம்சம் படத்தின் கதையை விவரிக்கத் தொடங்குவார்.

இதில் எனக்கொரு சிக்கல் இருந்தது. சினி டைம்ஸில் நான் முத்தாரம், முந்தானை முடிச்சு என்ற இரண்டு தொடர்களுக்கு ஒரே சமயத்தில் வசனம் எழுதிக்கொண்டிருந்தேன். துணைத் தலைவருடனான நேர்முகத்தைத் தயாரிப்பாளர் ஒரே நாளில் திட்டமிட்டிருப்பார். காலை முத்தாரம் என்றால் மதியம் முந்தானை முடிச்சு. காலை முந்தானை முடிச்சென்றால் மதியம் முத்தாரம். மாதம்தோறும் இப்படி வரும். எனவே ஒரு நாளில் இரண்டு முறை நான் சூரிய வம்சம் திரைப்படத்தின் கதைச் சுருக்கத்தைக் கேட்க வேண்டியிருக்கும்.

இரண்டு தொடர்கள் மூன்றாகி, மூன்று என்பது நான்கு-ஐந்தாகி, ஒரு கட்டத்தில் ஆறு தொடர்களுக்கு நான் எழுத வேண்டி வந்தபோது ஒவ்வொரு மாதத்தின் கடைசி வாரமும் சன் டிவி அலுவலகத்துக்கு தினமும் செல்ல வேண்டியிருந்தது. ஒவ்வொரு தொடருக்கான பேச்சுவார்த்தையின்போதும் சூரிய வம்சம், சமுத்திரம் திரைப்படங்களின் சிறந்த காட்சிகளை அவர் எடுத்துச் சொல்லிச் சிலாகிப்பார். பலமுறை பார்த்த படங்கள் என்றாலும் திரும்பத் திரும்ப அவர் வாயால் அந்தத் திரைப்படங்களின் அருமை பெருமைகளைப் பல வருடங்கள் தொடர்ச்சியாகக் கேட்டுக்கொண்டே இருந்ததில் அவை பகவத் கீதை, நாலாயிர திவ்ய பிரபந்தம், தேவார-திருவாசகங்களின் அளவுக்கே மனத்துக்குள் புனிதத் தன்மை பூசிக்கொண்டுவிட்டன. இப்போதுகூடத் தொலைக்காட்சியில் தற்செயலாக அந்தப் படங்கள் ஒளிபரப்பாவதைப் பார்க்க நேரும்போது என்னையறியாமல் எழுந்து நின்றுவிடுகிறேன். ஓர் அதிகாரியின் மனத்தில் உதாரணங்களாக நிலைத்துவிடுவது அவ்வளவு எளிதல்ல.

அந்நாளில் தூரன் அவர்களுக்கு ஓர் உதவியாளர்கூடக் கிடையாது. பதினெட்டுத் தொடர்களின் ஒவ்வொரு அத்தியாயத்தையும் காட்சிவாரியாக நினைவில் வைத்திருப்பார். கையில் ஒரு குறிப்பேடு கூட இருக்காது. ஒளிபரப்பானவற்றுள் எவை நன்றாக இருந்தன, எவை பரவாயில்லை, எது மோசம் என்று நிறுத்தி நிதானமாக எடுத்துச் சொல்வார். பிறகு, அதையே கண்டனத் தொனியில் சற்று வேகமாகத் தெரிவிப்பார். சில சமயங்களில் மெல்லிய அச்சுறுத்தல் கூடிய மொழியில் எச்சரிப்பார். நடுவே காப்பி வந்துவிடுமானால், சாப்டுங்க என்று சொல்லிவிட்டுக் கண்டனத்தை அப்படியே நிறுத்தி வைப்பார். காப்பியை அருந்தி முடித்ததும் மிகச் சரியாக விட்ட இடத்தில் இருந்து தொடங்குவார். தொனியில்கூட சிறிய மாறுதல் இராது. தமிழ் மக்கள்

அத்தனை பேர் காதுகளிலும் நின்று நிலைத்துவிட்ட குரல் அவருடையது. சன் டிவியின் குரல் அடையாளம் அவர்.

மேற்படி கண்டனக் கூட்டம் ஒருவாறாக முடிவுக்கு வந்ததும் சட்டென்று பொத்தான் அழுத்தியது போலத் தூரன் சகஜமாகிவிடுவார். சாப்ட போகலாம் வாங்க என்று கேண்டீனுக்கு அழைத்துச் சென்று அன்பாகச் சாப்பிட வைத்து உபசரிப்பார். விடைபெறும்போது எழுந்து வந்து வழியனுப்பிவிட்டுத்தான் திரும்பச் செல்வார்.

அந்நாளில் எந்தத் திரைக்கதை ஆசிரியரும் இயக்குநரும் அவரை விரும்பி அல்லது புகழ்ந்து ஒரு சொல்கூடச் சொல்லிக் கேட்டதில்லை. அவரது திருத்தங்களை வேண்டாவெறுப்பாகத்தான் ஏற்பார்கள். சற்றும் விருப்பமே இல்லாமல்தான் திரைக்கதையில் அவற்றைச் சேர்ப்பார்கள். அவர் ஒரு குறிப்பிட்ட காலகட்டத்துடன் தேங்கிப் போய்விட்டார்; நவீனத்துவத்தின் சாயலே படாமல் மாறன் டவர்ஸின் பத்தாவது தளத்துக்குள் தன்னைப் புதைத்துக்கொண்டுவிட்டார் என்று சொல்வார்கள். ஆனால் பதினெட்டு சீரியல்களையும் அவர் தனி ஒருவராகக் கவனித்துக்கொண்டிருந்தவரை சன் தொலைக்காட்சி சீரியல்களின் டிஆர்பி ரேட்டிங் நெருங்க முடியாத உயரத்தில்தான் இருந்தது.

அவரது சூரிய வம்சம், வானத்தைப் போல உதாரணத் தாக்குதல்களைக் கிண்டல் செய்யாத திரைக்கதை ஆசிரியர்களோ இயக்குநர்களோ கிடையாது. அதெல்லாம் இனிமேல் எடுபடவே செய்யாது என்று சத்தியமே செய்வார்கள். ஆனால் அதே திரைப்படங்களில் அவர் சுட்டிக்காட்டிய அம்சங்களை மட்டும் திரைக்கதையின் அடித்தளமாக விரித்து வேறொரு தொலைக்காட்சியில் ஒளிபரப்பப்பட்ட இன்னொரு தொடர் அடைந்த இமாலய வெற்றி ஒரு விஷயத்தைத் துல்லியமாகச்

சுட்டியது. காலம் எவ்வளவு வேகமாக மாறினாலும் சீரியல் பார்க்கும் பெண்கள் மாறுவதில்லை. அவர்களது விருப்பங்கள் மாறுவதில்லை.

அவர் அந்தப் பெண்களின் மனச்சாட்சியாகத்தான் அங்கே இருந்தார்.

2016 ஆம் ஆண்டுக்குப் பிறகு விஜய் மற்றும் ஜீ தமிழ் தொலைக்காட்சிகள் வலுவாகக் காலூன்றத் தொடங்கிவிட்டன. விஜய் தொலைக்காட்சி, நகர்ப்புற மக்களின் விருப்பத்துக்குரிய சீரியல்களைத் தரும் சேனலாகவே அறியப்பட்டது. அதன் பின்பு சன் தொலைக்காட்சியும் தனது பாரம்பரிய வழக்கங்களில் இருந்து சிறிது விலகி, நவீன காலத்துக்கேற்ற முகத்தை அணிய முயற்சி செய்தது.

ஒவ்வொரு தொடரிலும் வட நாட்டு சீரியல்களில் வருவது போன்ற ஆடம்பரம், பிரம்மாண்டம், அலங்கார விசேடங்கள் இருக்க வேண்டும் என்று சொல்லத் தொடங்கினார்கள். தென் தமிழக கிராமத்துத் திருமணக் காட்சி என்றாலும் மெஹந்தி உண்டா, ஹால்தி உண்டா என்று கேட்க ஆரம்பித்தார்கள். கதாபாத்திரங்கள் இழவு வீட்டுக்குச் செல்லும் காட்சி என்றாலும் கனமான மேக்கப் போட்டுக்கொண்டே சென்றார்கள். புடைவைகள், ஆபரணங்கள் அனைத்தும் கவனம் ஈர்க்கும் விதத்தில் இருக்கும்படியாக அமைக்க வற்புறுத்தினார்கள். தமிழ்நாட்டுப் பெண்கள் பார்த்தே இராத பல பூதாகாரமான நகைகளை சீரியல் பெண்கள் அணிந்து வலம் வர ஆரம்பித்தார்கள்.

இந்தச் சமயத்தில் தூரன் கந்தசாமி வேறு பொறுப்புகளுக்கு மாற்றப்பட்டு பம்பாயிலிருந்து சில தொலைக்காட்சித் துறை அதிகாரிகளைத் தருவித்துப் பொறுப்புகளைப் பகிர்ந்து கொடுத்திருந்தார்கள். மற்ற சேனல்களில் உள்ள நடைமுறையைப் போல ஒவ்வொரு தொடருக்கும் சானல் தரப்புத் தயாரிப்பு நிர்வாகி ஒருவர், மேற்பார்வையாளர்

ஒருவர் நியமிக்கப்பட்டனர். திரைப்படங்களைப் போல ஆடம்பரமான தொடக்கம் தேவையென்று வலியுறுத்தப்பட்டது. ஒவ்வொரு காட்சியிலும் குறைந்தது பத்து நடிக-நடிகையர் அரை வட்ட வடிவில் நின்றார்கள். எல்லோரும் பளபளப்பாக இருந்தார்கள். ஒரு தொடருக்கு ஒரு வில்லன் என்கிற வழக்கம் மாறி, ஒவ்வொருவருமே வில்லத்தனம் செய்யத் தொடங்கினார்கள். எல்லா மனிதர்களுக்குள்ளும் இருக்கும் நல்லது கெட்டது அப்பட்டமாக வெளிப்படுவதுதான் யதார்த்தம் என்று சொன்னார்கள்.

மாற்றங்களைத் தவிர்க்க முடியாதுதான். 18-19 என்றெல்லாம் ஒரு காலத்தில் சன் டிவி சீரியல்களின் ரேட்டிங் இருந்தது. அதற்கும் மேலே வந்திருக்கலாம். நான் பார்த்ததில்லை. இந்த ரக யதார்த்தம் மேலோங்கத் தொடங்கிய பின்பு அந்த எண்ணிக்கை படிப்படியாகக் குறைந்து பத்துக்குக் கீழே வந்தது. பிறகு ஒற்றைப்படை எண்களில் உயர்ந்ததைத் தொடுவதே சாதனை என்று ஏற்கப்பட்டது.

20. வேறு முகம்

தொலைக்காட்சித் தொடர்களுக்கு எழுதும் வாய்ப்பு மிகவும் தற்செயலாகவே எனக்கு வந்தது. நான் தேடி அலைந்ததில்லை. என்ன செய்யலாம் என்று யோசித்த காலத்தில் இதனைச் செய் என்று அதுவே தனது கதவுகளைத் திறந்து காட்டியது. பொதுவாகத் தமிழ் எழுத்தாளர்கள் தமது பொருளாதாரத் தேவைகளுக்காகத் திரைப்படத் துறையில் எழுத முயற்சி செய்வார்கள். திரைப்படம், எழுத்தாளர்களுக்கான களமல்ல. அது இயக்குநர்களின் கருவி. எழுத்தாளருக்குத் திரைப்படத் துறையில் ஒரு பெரிய வெற்றி, பொருளாதாரத் தன்னிறைவைத் தரக்கூடும். ஆனால், அந்தப் பெரிய வெற்றிக்காக எத்தனை ஆண்டுகள் காத்திருக்க வேண்டியிருக்கும் என்று தெரியாது. இறுதி வரை அது நிகழுமா என்றும் தெரியாது.

தொலைக்காட்சித் தொடர்களின் உலகிலும் வெற்றி தோல்விகளும் அது சார்ந்த ஏற்ற இறக்கங்களும் உண்டு. ஆனால் திரைப்படத் துறையினைப் போலப் பெரும்பாலானவர்களை ஒன்றுமில்லாமல் போக வைக்காது. அந்தக் குறைந்தபட்சப் பாதுகாப்பு வசதிகளைக் கருதியே தொலைக்காட்சித் தொடர்களுக்கு எழுதுவது என்ற முடிவினை எடுத்தேன். கலை, இலக்கியம், எழுத்து

என்று ஆயிரம் பேசலாம். குடும்பம் என்ற அமைப்பைக் கட்டிக்காக்க முடியாது போனால் அனைத்தும் ஆட்டம் கண்டுவிடும் அல்லவா? ஆரம்பக் காலங்களில் சீரியலுக்கு எழுதுகிறேன் என்றால் எழுத்துத் துறை நண்பர்கள் ஒரு மாதிரி பார்ப்பார்கள். அவ்வளவுதான், இனி எழுத்து போய்விடும் என்று அன்போடு எச்சரிப்பார்கள்.

எண்ணிப் பார்த்தால் அவையெல்லாம் தேவையற்ற அச்சம். ஒரு நாளில் பன்னிரண்டு முதல் பதினான்கு மணி நேரம் சீரியல் வசனம் எழுதிக்கொண்டிருந்த காலத்தில்தான் பூனைக்கதை, யதி போன்ற நாவல்களையும் எழுதினேன். கட்டுப்பாடு என்பது அவரவர் மனநிலை சார்ந்தது. இது போதும் என்று இருந்துவிட்டால் ஒன்றும் செய்ய முடியாது. எனக்கு எதுவும் போதாது என்பதே எப்போதைக்குமான மனநிலை என்பதால் முடிந்தது. இதில், புத்திசாலித்தனமாக யோசித்து எடுத்த முடிவு என்பது ஒன்றுதான். திரைக்கதைப் பக்கம் போக வேண்டாம் என்பது. ஒன்றிரண்டு தருணங்களில் அதையும் செய்து பார்த்திருக்கிறேன். ஆனால் விருப்பத்தினால் அல்ல. அதனால்தான் அம்முயற்சிகளில் இருந்து விலகியபோதும் பெரிய வருத்தங்கள் ஏற்பட்டதில்லை.

தொலைக்காட்சித் தொடர்களில் ஒரு வசனகர்த்தா என்பவர் மேல் மட்டத்துக் கடைநிலை ஊழியர். கொடுக்கிற காட்சிகளை உரையாடல் வடிவில் மாற்றித் தந்தால் போதும். எனக்கு ஒரு கடைநிலை ஊழியனாக அந்தத் துறையில் பணியாற்றுவதில் எந்தப் பிரச்னையும் இருக்கவில்லை. அந்த ஊழியத்துக்கு உரிய வருமானம் இருந்தால் போதும் என்று நினைத்தேன். என்னுடைய எழுத்து சார்ந்த திட்டங்களைத் தடையின்றிச் செய்துகொண்டிருக்க அதுவே பேருதவி புரிந்தது.

2020 ஆம் ஆண்டு உலகத்தை ஆட்டிப்படைத்த கோவிட் பெருந்தொற்று, தமிழ்நாட்டில் உச்சமடையத் தொடங்கியபோது மூன்று தொடர்களுக்கு

எழுதிக்கொண்டிருந்தேன். ஒரு குறிப்பிட்ட நாளைச் சொல்லி, அன்றோடு அனைத்துத் தொழில்களையும் தாற்காலிகமாக முடக்கி வைக்க உத்தரவானது. சீரியல் உலகம் நெஞ்சடைத்து நின்றுவிட்டது. இதர தொழில்களில் சாத்தியமுள்ள 'ஸ்டாக் வைத்துக்கொள்வது' என்னும் வழக்கம் இதில் கிடையாது. அது முடியவும் முடியாது. எவையெல்லாம் அன்றாடங்களில் ஒன்றாகிறதோ, அவற்றை அன்றாடம்தான் செய்யவும் முடியும். குளிப்பது போல. உணவு சமைப்பது போல. உண்பது போல. உறங்குவது போல. மூச்சு விடுவது போல. அடுத்த நாளைக்கு சேர்த்து இன்றே வாழ்ந்துகொள்வது எப்படி சாத்தியமில்லையோ, அப்படித்தான் நெடுந்தொடர் படப்பிடிப்புகளும். எவ்வளவு திட்டமிட்டாலும் அதிகபட்சம் ஓரிரு நாள்களுக்கு உரிய காட்சிகளை முன்னதாக எடுத்து வைக்க முடியுமே தவிர, மொத்தமாக முடியாது. தவிர மொத்தம் என்பதுதான் என்ன? அதற்கு எது வரம்பு?

ஊரடங்கு என்பது அப்போது எத்தனை நாள்களுக்கு நீடிக்கும் என்று யாருக்கும் தெரிந்திருக்கவில்லை. ஒருவாரம், பத்து நாள் இருக்கலாம் என்று நினைத்து அந்த அளவுக்குக் காட்சிகளை எடுத்துக் கொடுத்துவிடச் சொல்லி சேனலில் உத்தரவிட்டார்கள். கைவசம் இருந்தது மூன்று அல்லது நான்கு நாள் அவகாசம். மூன்று தொடர்களுக்கு நான்கு நாள்களில் பத்து நாள்களுக்குரிய காட்சிகளை எழுத வேண்டும். எண்ணிக்கையெல்லாம் நினைவிலேயே இல்லை. எதையும் எண்ணிப் பார்த்துக்கொண்டிருக்கவும் அவகாசம் இருக்கவில்லை. சுமார் அறுபது மணி நேரம் இடைவிடாமல் எழுதினேன். இரண்டு நாள் முழுவதுமே உறங்கவில்லை. மூன்றாம் நாள் ஓரிரு மணி நேரங்கள் மட்டும் படுத்து எழுந்துவிட்டு மீண்டும் எழுதினேன்.

நான் மட்டுமல்ல. துறையில் அன்றைக்கு எழுதிக்கொண்டிருந்த அத்தனை வசனகர்த்தாக்களும்

அப்படித்தான் இருந்திருப்பார்கள். எழுதிக்கொண்டே இருப்பது. படம் பிடித்துக்கொண்டே இருப்பது. எடிட் செய்து எபிசோட் ஆக்கிக்கொண்டே இருப்பது. சேனலுக்கு அனுப்பிக்கொண்டே இருப்பது. பேய்களும் பிசாசுகளும்கூட அப்படி இயங்கியிருக்க வாய்ப்பில்லை. அது ஓர் அனுபவம். மிகப்பெரிய அனுபவம். என்ன விலை கொடுத்தாலும் மீண்டுமொரு முறை கிடைக்க வழியில்லாத, கிடைக்கவும் வேண்டாத அனுபவம்.

படப்பிடிப்புகள் நடந்து முடிந்து காலவரையறை அற்ற விடுமுறை அறிவிக்கப்பட்டது. அந்தக் கணம் உண்டான நிம்மதிக்கு நிகரே இல்லை. என்னால் அதிகபட்சம் எவ்வளவு உழைக்க முடியும் என்பது தெரிந்தது ஒரு காரணம். அடுத்த சில நாள்களுக்கு எழுத வேண்டாம் என்பது இன்னொரு காரணம்.

ஆனால் அந்தச் சில நாள் என்பது பத்து மாதங்கள் நீளும் என்று எதிர்பார்க்கவில்லை. தொழிலற்றுப் போன பல தொழில்நுட்பக் கலைஞர்கள் நொடித்துப் போனார்கள். இன்னும் பலர், துறையை விட்டே விலகிக் கண் காணாமல் போய்விட்டார்கள். சம்பள மிச்சம் வைத்திருந்த பல கம்பெனிகள் நஷ்டத்தைக் காரணம் சொல்லித் தர வேண்டியதைத் தராமல் விட்டன. மிகச் சில நல்ல உள்ளம் கொண்டவர்களின் ஏற்பாட்டினால் யூனியன்களின் மூலம் கலைஞர்களுக்கும் தொழில்நுட்ப வல்லுநர்களுக்கும் அரிசி, மளிகைப் பொருள்கள் போன்ற உதவிகள் கிடைத்தன. வருமானம் வந்த நாள்களில் சிறிது சேமித்து வைத்தவர்கள் மட்டும் பிழைத்தார்கள். பெரும்பாலானவர்கள் சொல்லொணாத் துயரை அனுபவிக்க நேர்ந்தது.

தொற்றுக் காலம் முடிந்து, எல்லாம் சகஜ நிலைக்குத் திரும்பி, மீண்டும் படப்பிடிப்புகள் ஆரம்பமானபோது கிட்டத்தட்ட ஓராண்டுக் காலம் பார்க்க மறந்திருந்த தொடர்களை விட்ட இடத்திலிருந்து

நினைவுகூர்ந்து தொடர்வது ரசிகர்களுக்குச் சிரமமாக இருந்தது. இதனால் பழைய தொடர்களை அப்படி அப்படியே முடித்துக்கொள்ளும்படி ஆனது. நான் எழுதிக்கொண்டிருந்த கல்யாணப் பரிசு, கண்மணி என்கிற இரண்டு தொடர்களும் அப்படி அவசரக் கோலத்தில்தான் முடிவடைந்தன. ஆயினும் அவற்றின் இறுதி அத்தியாயம் வரை இருந்து எழுதிக் கொடுக்க முடிந்தது நிறைவளித்தது.

கோவிட் பெருந்தொற்றுக் காலத்துக்குப் பிறகு அனைத்துத் துறைகளிலும் உண்டான தவிர்க்க முடியாத பல மாற்றங்கள், தொலைக்காட்சித் துறையிலும் ஏற்பட்டது. சேனலும் சரி, தயாரிப்பு நிறுவனங்களும் சரி. தமது அடிப்படைக் கட்டமைப்பில் இருந்தே நிறைய மாறுதல்களைச் செய்யத் தொடங்கின. சீரியல்களுக்கான நிதி ஒதுக்கீடு இழுத்துப் பிடிக்கப்பட்டது. பிற வட இந்திய சேனல்களைப் போல சன் தொலைக்காட்சியும் தானே அனைத்துத் தொடர்களையும் தயாரிக்க ஆரம்பித்தது. தயாரிப்பாளர்கள் என்பவர்கள் எடுத்துக் கொடுப்பவர்களாக மட்டுமே ஆனார்கள். ஒரு எபிசோடுக்கு இவ்வளவு செலவு என்று கணக்கிட்டு வழங்கப்பட்ட தொகையில் அவர்கள் தமக்கான லாபத்தைத் தனியே வைத்துக்கொண்டு மிச்சத்தில் செலவு செய்ய வேண்டியவர்களானார்கள். சேனல் தயாரிப்பாளராகிவிட்டதால், கதையை அவர்களே முடிவு செய்தார்கள். காட்சிகளை அவர்களே விவரிக்க ஆரம்பித்தார்கள். சொல்வதை எடுத்துத் தருவது மட்டுமே இயக்குநர் உள்ளிட்ட டெக்னீஷியன்களின் பணி என்று ஆனது.

எல்லா மாற்றங்களும் சில நல்ல விளைவுகளையும் நல்லதல்லாத விளைவுகளையும் உள்ளடக்கியே வரும். மாறிக்கொண்டிருப்பது ஒன்றுதான் வாழ்வில் தீராத சுவாரசியம்.

பதினேழு ஆண்டுகள் தொலைக்காட்சித் தொடர்களின் உலகில் இடைவெளியின்றிப் பணியாற்றினேன். பெரிய ஏமாற்றங்களோ, வருத்தங்களோ, விமரிசனங்களோ, கோபமோ, விரக்தியோ கொள்ள ஏதுமில்லை என்றுதான் இப்போது எண்ணிப் பார்க்கும்போது தோன்றுகிறது. இதனை வடிவமைத்த இயற்கையைத்தான் நன்றியுடன் எண்ணிக்கொள்கிறேன்.

நான் எதிர்பார்த்த பொருளாதார சுதந்தரத்தை அந்தத் துறை எனக்களித்தது. எனவே, எப்போதும் போலக் கவலையற்று எழுதிக்கொண்டிருக்கிறேன்.

எழுதிக்கொண்டிருக்கும்வரை இருப்பேன்.

----

www.ingramcontent.com/pod-product-compliance
Lightning Source LLC
LaVergne TN
LVHW100817051026
849519LV00006B/2114
* 9 7 8 9 3 4 8 4 3 9 5 7 4 *